24 ரூபாய் தீவு

கிழக்கு பதிப்பக வெளியீடுகளாக சுஜாதாவின் புத்தகங்கள்

21ம் விளிம்பு
24 ரூபாய் தீவு
6961
அப்பா, அன்புள்ள அப்பா
அப்ஸரா
அனிதா - இளம் மனைவி
அனிதாவின் காதல்கள்
அனுமதி
ஆ..!
ஆட்டக்காரன் சிறுகதைகள்
ஆதனிலால் காதல் செய்வீர்
ஆயிரத்தில் இருவர்
ஆர்யபட்டா
ஆழ்வார்கள்:ஓர் எளிய அறிமுகம்
ஆஸ்டின் இல்லம்
இதன் பெயரும் கொலை
இரண்டாவது காதல் கதை
இருள் வரும் நேரம்
இளமையில் கொல்
இன்னும் ஒரு பெண்
உள்ளம் துறந்தவன்
ஊஞ்சல்
எதையும் ஒரு முறை
என் இனிய இயந்திரா
என்றாவது ஒரு நாள்
ஐந்தாவது அத்தியாயம்
ஒரு நடுப்பகல் மரணம்
ஒரே ஒரு துரோகம்
ஓடாதே
ஓரிரவில் ஒரு ரயிலில்
ஓரிரு எண்ணங்கள்
ஓலைப்பட்டாசு
கடவுள் வந்திருந்தார்
கமிஷனருக்குக் கடிதம்
கம்ப்யூட்டரே ஒரு கதை சொல்லு
கம்ப்யூட்டர் கிராமம்
கரையெல்லாம் செண்பகப்பூ
கற்பனைக்கும் அப்பால்
கனவுத் தொழிற்சாலை
காயத்ரி
குருபிரசாத்தின் கடைசி தினம்
கை
கொலை அரங்கம்
சிங்கமய்யங்கார் பேரன்
சில வித்தியாசங்கள்
சிவந்த கைகள்
சிறுகதை எழுதுவது எப்படி?
சின்னச் சின்னக் கட்டுரைகள்
சொர்க்கத் தீவு
டாக்டர் நரேந்திரனின் விநோத வழக்கு
தங்க முடிச்சு
தப்பித்தால் தப்பில்லை
திசை கண்டேன் வான் கண்டேன்
தீண்டும் இன்பம்
தூண்டில் கதைகள்
தேடாதே
தோரணத்து மாவிலைகள்
நகரம் சிறுகதைகள்
நிர்வாண நகரம்
நில் கவனி தாக்கு
நில்லுங்கள் ராஜாவே
நிறமற்ற வானவில்
நிஜத்தைத் தேடி
நைலான் கயிறு
பதினாலு நாள்கள்
பத்து செகண்ட் முத்தம்
பாதி ராஜ்யம்
பாரதி இருந்த வீடு
பிரிவோம் சந்திப்போம்
ப்ரியா
மண்மகன்
மத்யமர்
மலை மாளிகை
மனைவி கிடைத்தாள்
மாயா
மிஸ் தமிழ்தாயே நமஸ்காரம்
மீண்டும் ஒரு குற்றம்
மீண்டும் தூண்டில் கதைகள்
மீண்டும் ஜீனோ
முதல் நாடகம் - நாடகங்கள்
மூன்றுநாள் சொர்க்கம்
மெரீனா
மேகத்தைத் துரத்தியவன்
மேலும் ஒரு குற்றம்
மேற்கே ஒரு குற்றம்
ரயில் புன்னகை
ரோஜா
வசந்த காலக் குற்றங்கள்
வாய்மையே சில சமயம் வெல்லும்
வாரம் ஒரு பாசுரம்
வானத்தில் ஒரு மௌனத்தாரகை
விக்ரம்
விடிவதற்குள் வா
விபரீதக் கோட்பாடு
விருப்பமில்லா திருப்பங்கள்
விரும்பிச் சொன்ன பொய்கள்
விவாதங்கள் விமர்சனங்கள்
விழுந்த நட்சத்திரம்
வைரங்கள்
ஜன்னல் மலர்
ஜீனோம்
ஜோதி
ஸ்ரீரங்கத்து தேவதைகள்

24 ரூபாய் தீவு

சுஜாதா

கிழக்கு

24 ரூபாய் தீவு
24 Roobaai Theevu
by Sujatha
Sujatha Rangarajan ©

First Edition: April 2009
160 Pages

ISBN 978-81-8493-399-4
Kizhakku - 462

Kizhakku Pathippagam
177/103, First Floor,
Ambal's Building, Lloyds Road
Royapettah, Chennai 600 014.
Ph: +91-44-4200-9603

Email : support@nhm.in
Website : www.nhm.in

Cover Image : Shutterstock ©

Backcover Image : Srihari

Kizhakku Pathippagam is an imprint of New Horizon Media Private Limited

This book is sold subject to the condition that it shall not, by way of trade or otherwise, be lent, resold, hired out, or otherwise circulated without the publisher's prior written consent in any form of binding or cover other than that in which it is published and without a similar condition including this the rights under copyright reserved above, no part of this publication may be reproduced, stored in or introduced into a retrieval system, or transmitted in any form or by any means (electronic, mechanical, photocopying, recording or otherwise), without the prior written permission of both the copyright owner and the above-mentioned publisher of this book.

" நான் என்ன செய்வது? லதாங்கியின் கதையைத் தொடர்வதா? மிகவும் சுவாரஸ்யமாக இருக்கிறது. இந்தப் பண்டோரா பெட்டியின் மூடி மெலிதாகத் திறந்திருக்கிறது. திறப்பில் மெலிசாக ஆவியடிக் கிறது. திற திற என்கிறது. ஆசை காட்டுகிறது. "

முன்னுரை

குமுதம் இதழில் வெளிவந்த இந்த நாவல் கன்னடத்தில் மொழிபெயர்க்கப்பட்டு வெளிவந்தபோது அந்த மொழியில் பிரபல டைரக்டர் நாகாபரணா இதை சினிமாவாக எடுக்க விரும்பி என்னை வந்து சந்தித்தார். புதிய நடிகர்களைப் பயன்படுத்தி நல்ல முறையில் எடுப்பதாக உறுதிபூண்டார். நாகாபரணா திறமையுள்ள டைரக்டர். தேசிய விருதுகள் வாங்கியவர். 'மைஸூரு மல்லிகே' என்கிற நரசிம்ம ஸ்வாமியின் கவிதைத் தொகுப்பைக்கூட திரைப்படமாக்கியவர். அவர் பொறுப்பில் '24 ரூபாய் தீவு' நன்றாக வரும் என்று எதிர்பார்த்தேன். படப்பிடிப்பு தொடங்குமுன் அப்போது பிரபலமாக இருந்த நடிகர் அம்பரிஷ் இதைப்பற்றிக் கேள்விப்பட்டு நான் நடிக்கிறேன் என்று தன் கால்ஷீட்டுகளை ரத்துசெய்ய முன்வந்தார். தயாரிப்பாளருக்கு ஆசை வந்துவிட்டது. அம்பரிஷ் உள்ளே புகுந்துவிட்டதால் கதையை மாற்ற வேண்டி வந்தது. வில்லன்களுக்கு மொட்டை அடித்து, இரண்டு மூன்று சண்டைக்காட்சி சேர்த்து மஞ்சுளா மந்திரி முன்னால் ஒரு டான்ஸ் அயிட்டம் சேர்த்து முழுக்க முழுக்க வியாபாரப் படமாக மாற்றப்பட்ட படம் ரிலீஸ் ஆகி ஒரு வாரத்தில் காணாமல் போய்விட்டது. நல்லவேளை தலைப்பை மாற்றி (ஒண்டித் வளி) வெளியிட்டதால் நானும் பங்களூரில் நடமாட முடிந்தது. 'ஒண்டித்வளி'யா? அதற்கும்

எனக்கும் சம்பந்தமே இல்லை என்று சொல்லிவிட்டேன். இல்லைதான்.

எழுதப்பட்ட நாவல்கள் சினிமாவாக மாறும்போது இப்படியும் ஒரு ஆபத்து உண்டு. யாராவது சூப்பர் ஸ்டார் உள்ளே புகுந்து குட்டையைக் குழப்பலாம்.

இன்றும் கமல் என்னைச் சந்திக்கும் போதெல்லாம் '24 ரூபாய் தீவை யாராவது அப்படியே படம் பண்ணா நல்லா இருக்கும்' என்பார். 'அப்படியே!' அதில்தான் சிரமம்.

மே, 2004 **சுஜாதா**

1

முடிவில்லாத நியூஸ்பிரிண்ட் காகிதம் ரோட்டரி இயந்திரத்தின் பற்பல உருளைகளின் ஊடே ஓடிக்கொண்டிருந்தது. அவ்வப் போது ஒவ்வொரு சிலிண்டரிலும் செய்தி வாசகங்களைக் கன்னத்தில் ஒற்றிக்கொண்டு நாளைக் காலையின் ராட்சசக் கெடுவை நோக்கி விரைந்துகொண்டிருந்தது.

கோபிநாத்-கோபிநாத்-கோபிநாத்-கோபிநாத்-கோ என்று தொடர்ந்து லட்சம் தடவை பதிந்தார். லட்சம் தடவை அந்தப் பிரபலமான சிரிப்பு. கொள்ளை கொள்ளும் பிள்ளைச் சிரிப்பு! அவருக்கு ஐம்பது வயதாகிறது. அந்தப் புகைப்படம் அதைச் சொல்லவில்லை. புகைப்படத்துடன் அருகே அச்சாகிக் கொண்டிருந்த செய்திதான் சொன்னது.

சென்னை ஜூன் 18

தலைவர் கோபிநாத் அவர்களுக்கு நாளை ஐம்பது வயது நிறைவு பெறுகிறது. சென்ற ஆண்டுபோல் அவர்தம் பிறந்த தினத்தை ஆரவாரமில்லாமல் தம் இனிய மனைவியுடனும் தம் வளர்ப்பு மகளுடனும் கழிப்பார். பிற்பகல் ஓர் அரிசனப் பள்ளிக்குச் சென்று அவர் பெயரில் ஒரு மதிய உணவு விடுதியைத் திறந்து வைப்பார்...

இந்தச் செய்தியை எழுதியது? நான்.

நான் யார்? ஒரு நிருபன். என் பெயர் விஸ்வநாத். கிரிக்கெட் என்றால் எனக்கு வெறுப்பு. அதற்காகவே பெயரை விசுவ நாதேஸ்வர் என்று மாற்றிக்கொள்ளலாமா என யோசிக்கிறேன். எனக்கு வயது இருபத்து ஐந்தாகிறது. கல்யாணம் ஆகவில்லை. மூன்று தங்கைகள் இருக்கிறார்கள். அவர்கள் கல்யாணத்துக்குப் பிறகுதான் எனக்கு என்று அம்மா ஜாதகம் கேட்கிறவர்களிடம் எல்லாம் கோடி காட்டுகிறார். என் தலைமயிர் எல்லாம் அதற்குள் உதிர்ந்துவிடப்போகிறது. எனக்கு அக்கா ஒருத்தி உண்டு. என் அப்பா பெண்களாகப் பெற்றுத் தள்ளிவிட்டு என் பதினெட்டா வது வயதில் காலமாகிவிட்டார். அவர் ஆத்மா சாந்தி அடை யாமல் அம்மா இன்னும் 'பாழும் பிராமணனைத்' திட்டிக்கொண் டிருக்கிறாள். என் அக்கா கல்யாணத்தை சின்னி கிருஷ்ணன் பாண்டு வாத்தியக் கச்சேரி எல்லாம் வைத்துப் பிரமாதமாக நடத்திப் போண்டி ஆகிவிட்டார். என் தங்கைகளில் ஒருத்தி வேலைக்குப் போகிறாள். அடுத்தவள் சுமதி டைப்ரைட்டிங், ஷார்ட் ஹாண்ட் என்று ஏதோ கதை பண்ணிக்கொண்டிருக் கிறாள். ஒரு முதலியார் பையனை லவ் பண்ணுகிறாள் என்று நினைக்கிறேன். கவனிக்க வேண்டும். கடைசி அவள் எஸ்.எஸ்.எல்.ஸி. நான்தான் சொன்னேனே, ரிப்போர்ட்டர்.

இங்கிருக்கிற ரிப்போர்ட்டர்களில் நான் ரொம்ப ஜூனியர். பாச்சா என்னை சூ காட்டிவிடுவார். 'பொடி நடையாகப் போய் ஒரு பொட்டலம் புகையிலை, நூறு கிராம் காப்பி பவுடர்' என்று ஏவுவார். எதிர்த்துப் பேசமுடியாது. சீஃப் இடம் வத்தி வைத்து விடுவார். நான், பாச்சா, நஸீர், திரு விக்கிரமன் நாயர் (டி.வி. நாயர்). நானும் நஸீரும்தான் தமிழ் பேப்பருக்காக, மற்றவர்கள் ஆங்கிலப் பதிப்பு. எங்கள் சீஃப் ரிப்போர்ட்டர் மைக்கல் வில்லியம்ஸ் என்கிற ஹாஃப்... ஆங்கிலோ இந்தியர். அவர் 'திர்க்குரல் பூச்சாமென்' என்றால் நாங்கள் தினம் பதிப்பிக்கும் 'திருக்குறள் விளக்கம் அச்சகத்துக்குச் சென்றுவிட்டதா' என்று அர்த்தம். மைக்கல் வில்லியம்ஸின் அபாரத் தமிழைப் பற்றி சமயம் வரும்போது சொல்கிறேன். அவரை எதிர்த்துக்கொண் டால் வேலை போய்விடும் என்பது மட்டும் சத்தியம். எனக்கு வேலையை விடமுடியாது. வீட்டில் என் சம்பளம் முழுவதும் தேவையாக இருக்கிறது. உடனே! ஒண்ணாம் தேதியே!

நான் பி.ஏ பாஸ் செய்ததும் ஐ.ஏ.எஸ். எழுத நினைத்தேன். அப்பா போய்விட்டார். என் மாமாவின் சம்பந்தி ஒருவர் இந்த

ஸ்தாபனத்திற்கு லா ஆபீசர். அவரிடம் தொங்கியதில் கிடைத்த வேலை இது. எனக்குக்கூட லா படிக்க ஆசைதான். சாயங்கால வகுப்புகளில் சேரலாம் என்றிருக்கிறேன். லா படித்து என்ன கிழிக்கப் போகிறேன் என்றும் தெரியவில்லை.

நிருபனும் ஓர் அலைச்சல்தான். இந்த உத்தியோகத்தை சந்தோஷத்துடன் ரசித்து ஒருவனால் செய்ய முடியும் என்று தோன்றவில்லை. எத்தனையோ அரசியல் தலைவர்களையும் சினிமாக்காரர்களையும் பார்த்துவிட்டேன். அலுத்துப் போச்சு. தற்கொலைகள் எனக்கு சகஜம். வயல்களில் புதைந்திருக்கும் கள்ளச் சாராயக் குப்பிகள் எனக்கு சகஜம். நான்காவது பிரசி டென்ஸி மாஜிஸ்ட்ரேட்டைப் பார்த்துக் கண்ணடித்து விட்டுச் சிரிக்கும் சரோஜாம்மா போன்ற பதிவிரதைகள் எனக்கு சகஜம். ரத்தம் எனக்கு சகஜம். கண்ணீர், பொய்கள், பயம், ஆசை, பேராசை, வைரங்கள், கடிகாரங்கள், சாராயம், சந்தனம், பக்தி, நகைகள், கயமைத்தனங்கள், மரணம்...

நான் தரும் செய்திகளுக்கும் எனக்கும் எந்தவித உறவோ பற்று தலோ ஏற்பட்டதில்லை. ஏற்படக்கூடாது.

இதுவரை!

இந்தப் பற்றற்ற (எவ்வளவு 'ற') தன்மை ஒரு நிருபனுக்கு அவசியம் தேவை என்று நம்புகிறவன் நான். ஒரு பெண்ணைப் பார்த்து, 'ஐயோ பாவம் அழுகிறாள்' என்று பச்சாதாபப்பட்டு விட்டால் செய்தி பறந்து போய்விடும். அவள் கணவன் இன்னும் பச்சாதாபப்பட வேண்டியவனாக இருப்பான். சொந்தப் பிள்ளை யைக் கிணற்றில் தள்ளிவிட்டு மரண தண்டனை கேட்டு அழுப வளாகக்கூட இருக்கலாம். நிருபன் இதில் எல்லாம் பட்டுக் கொள்ளக்கூடாது. பாச்சா இதில் தேர்ந்தவர். ஹெமிங்வேயின் ஸ்பானிஷ் யுத்த ரிப்போர்ட்டுகளையும் நிக் ஆடம்ஸ் கதை களையும் படித்தே ஆகவேண்டும் என்பார்.

உண்மையைச் சளைக்காமல் தேடு என்பார்.

உண்மையைத் தேடித்தான் நான் இந்த விபரீதத்தில் மாட்டிக் கொண்டு சீரழிந்தேன். எப்படி? சொல்கிறேன். தலைவர் கோபிநாத் தின் ஐம்பதாவது பிறந்த தினத்தன்றுதான் ஆரம்பமாயிற்று அந்த வினை. சாயங்காலம் தலைவர் கலந்து கொள்ளப்போகும் அந்த

மெரினாக் கூட்டத்துக்கும் அதற்கு வரப்போகும் ஊர்வலத்துக்கும் இன்னும் நேரமிருந்ததால் ஆபீசுக்குச் சென்றேன்.

ரோட்டரியின் உறுமலிலிருந்து விலகி ஈயம் காய்ச்சிய புகை படர்ந்த ஹாலைக் கடந்து பச்சை பெயிண்ட் அடித்த எடிட்டோரியல் அறைக்கு வந்தேன்.

Whereas the plaintiffs have filed a suit for partition and accounts in respect of properties of late M. Devanarayanan...

சாமிநாதன் ப்ரூஃப் பார்த்துக்கொண்டிருந்தார். 'ஹலோ சாமி' என்றேன். நிமிர்ந்தார். குனிந்தார்.

லாயர் நோட்டீஸ்களையும், டெண்டர் நோட்டீஸ்களையும் பொடிப் பொடியான எழுத்தில் ப்ரூஃப் பார்த்தே சாமிநாதன் கண்கள் ஸ்திரமாக இடுங்கிப்போய், அவர் டாட்டர் சினேகலதா ஒரு தடவை ஆபீசுக்கு வந்திருந்தபோது அப்பாவைப் பக்கத்தில் வைத்துக்கொண்டே என்னை சைட் அடிக்கிற அளவுக்குப் பார்வை மங்கிப் போயிருந்தாலும், ப்ரூஃப் பார்த்தால் ஒரு தப்பு அவரிடமிருந்து தப்பாது. புலி!

சாமியிடமிருந்து விலகி எடிட்டரின் அறைக்கு வந்தேன். எடிட்டரை இவ்வேளை சந்திக்க முடியாது. மாலை 6-30 மணிக்குத்தான் டென்னிஸ் ஆடிவிட்டு வருவார். ஒரு பாக்கெட் வரை சிகரெட் ஊதினாலும் தலையங்கம் தேறாது. ஏதோ நோபல் இலக்கியப்பரிசுபோல் யோசித்து, கவிதைபோல் இரண்டு வரி எழுதுவார். கடைசியில் நான்தான் எழுதவேண்டும். ரயில்வே பட்ஜெட்டை அலசவேண்டும்; இந்திராவைத் திட்ட வேண்டும்...

எடிட்டரின் அறைக்கு இடப்பக்கம் இருந்தது எங்கள் சரித்திரப் பிரசித்தி பெற்ற நிருபர்களின் அறை. புனைப்பெயர் பிளாட்பாரம் நம்பர் 11.

நாங்கள் பதினொரு பேர். எனவே, நாங்கள் ஒன்றுசேர்ந்து அந்த அறையில் ஒரு நாளும் இருந்ததில்லை. வருவோம், போவோம். மூன்று மேஜைகள் சங்கீத நாற்காலிகள். ஒரே ஒரு டெலிபோன். யார் முதலில் வருகிறானோ அவன் ஏதேனும் ஒரு மேஜையில் உட்கார்ந்துகொண்டு எழுதிக்கொடுத்துவிட்டுத் தன்பாட்டுக்குப் போய்க்கொண்டே இருக்கவேண்டியதுதான்.

இத்தனைக்கும் எங்கள் பத்திரிகை நல்ல சர்குலேஷன் உள்ள தினசரிதான். இருந்தும் எங்கள் முதலாளிக்கு இது மூத்தாள் பிள்ளை மாதிரி. அவருடைய எத்தனையோ பத்திரிகைகளில் இது ஒன்று. நஷ்டப்பட்டால்கூடப் பரவாயில்லை வருமான வரி குறைப்புக்கு உதவும். எடிட்டோரியல் விஷயத்தில் அதிகம் குறுக்கிட மாட்டார். நான் என் முதலாளியைப் பார்த்ததில்லை.

நான் அப்போது அந்த அறையில் தனியாகத்தான் இருந்தேன். தபால் ஏதாவது வந்திருக்கிறதா என்று பெட்டியில் பார்த்துக் கொண்டிருந்தபோதுதான் என்னுடைய 'உண்மைத் தேடல்' தொடங்கியது.

டெலிபோன் அடித்தது.

'ஹலோ?'

'தின ஒளி ஆபீஸா?' என்றாள் அந்தப் பெண்.

இனிய குரல். மெலிதான கொஞ்சல் இருந்தது குரலில்.

'ஆம்.'

'எனக்கு எடிட்டருடன் பேசவேண்டும்.'

'அவர் ஆறரைக்குத்தான் வருவார்.'

'அவருடைய அஸிஸ்டண்ட்?'

'அவரும் இல்லை.'

'நீங்கள் யார் பேசுவது? ப்யூனா?'

சிரித்து, 'இல்லை. ஒரு ரிப்போட்டர்' என்றேன்.

'ஸாரி! ஸாரி! ஸாரி!'

'பரவாயில்லை நான் வாட்டர் பாயாகக்கூட இருந்திருக்கிறேன். என்ன வேண்டும் உங்களுக்கு?'

'ஒரு ஆளைப் பற்றிய ஒரு செய்தி என்னிடம் இருக்கிறது. அதை உங்கள் பத்திரிகை நிச்சயம் வாங்கிக்கொள்ளும்...'

'வாங்கிக் கொள்ளும் என்றால்?'

'விலை கொடுத்து.'

'ஸாரி. அதெல்லாம் இந்தப் பத்திரிகையில் இல்லை.'

'அந்த ஆள் யார் என்று சொல்லட்டுமா?'

'சொல்லுங்கள்...'

தயக்கம்...மௌனம்...கார் ஹார்ன் சப்தம் கேட்டது. பப்ளிக் கால் ஆபீஸ் போலும்.

'சொல்லுங்கள்.'

'சொல்லமாட்டேன். உங்கள் பெயர் என்ன?'

'விஸ்வநாத்.'

'என் பெயர் லதாங்கி. உங்கள் குரலைப் பார்த்தால் இளைஞர் போல் இருக்கிறது. சாயங்காலம் வாருங்களேன்!'

அந்த 'சாயங்காலம் வாருங்களேன்', எனக்கு ஒருவிதக் கிளர்ச்சி தந்தது. குரலில் மெலிதான சாத்தியங்களைக் காட்டினாள். ஒரு அழைப்பிதழைக் காட்டினாள்... ஏன், ஒரு சவால்கூட இருந்தது.

'எங்கு வரவேண்டும்?'

'ராஜா அண்ணாமலைபுரம், அபிராமித் தெரு, நாலாவது சந்து, எட்டாவது வீடு, மாடி...'

'எதற்கு வரவேண்டும்?'

'வாருங்களேன்! நான் எழுதியிருப்பதைக் காட்டினால் தூக்கி வாரிப்போடும் உங்களுக்கு. நூறு பக்கம். எல்லாவற்றையும் எழுதிவிட்டேன்.'

'எதைப் பற்றி?'

'டெலிபோனில் சொல்லக்கூடாது. வந்தால் சொல்கிறேன். அப்புறம் உங்கள் பத்திரிக்கை எனக்கு ஓப்பன் செக்கே கொடுக்கும். விஷயம் அவ்வளவு சுவாரசியமானது. ஐந்தரை மணிக்கு வருகிறீர்களா? அட்ரஸ் மறுபடி சொல்லட்டுமா?'

'வேண்டாம்.'

'வருகிறீர்களா? குட் பை!'

ஐந்தரை! கோபிநாத்தின் மெரினாக் கூட்டத்துக்குச் செல்ல வேண்டும்! மேஜையில் இருந்த காகிதத்தில் என்னை அறியாமல் எழுதியிருக்கிறேன்: 'லதாங்கி, ராஜா அண்ணாமலை, அபிராமி 48...'

'உங்கள் பத்திரிகை எனக்கு ஓப்பன் செக்கே கொடுக்கும்!'

அந்தப் பெண்ணின் குரலைப் பற்றி நிறையச் சொல்லவேண்டும். கொஞ்சம் ஆர்கனும் புல்லாங்குழலும் கலந்தாற்போல் குரல். இளமை, அனுபவம் எல்லாம் எப்படியோ அந்தக் குரலில் தெரிந்தது. எனக்கு கோபிநாத்தின் மீட்டிங்குக்குப் போய்த்தான் ஆகவேண்டும்... போகாமல் எழுதிவிடலாம்... ஆனால் ஆபத்து.

கடற்கரை. மெலிதான, மேகமில்லாது இருந்த வானத்தின்கீழ் நிறையக் கூட்டம் இருந்தது. காற்று சீராக வீசிக்கொண்டிருக்க, வான நீலமும் கடலின் கரும்பச்சையும் இருட்டுவதற்குள் முத்தமிட்டுக் கொண்டிருக்க, குழல் விளக்குகள் நிர்வாணமாகக் கம்பங்களில் நின்றுகொண்டிருந்தன. ஒலிப்பெருக்கி 'அமைதி அமைதி அமைதி' என்று இரைச்சலிட்டது. ஜனங்கள்! ஜனங்கள்! மவுண்ட் ரோடிலிருந்து புறப்பட்ட ஊர்வலம் அங்கு வந்து சங்கமித்துக்கொண்டது. ஐம்பது மலர் வட்டங்கள், ஐம்பது தீவட்டிகள், ஐம்பது ஜட்கா வண்டிக் குதிரைகள், ஐம்பது பசுமாடுகள். எல்லாம் ஐம்பதாகவே வந்தன(ர்).

ஊர்வலத்தின் இறுதியில் ஜோடித்த காரில் பின்னால் டீசல் ஜெனரேட்டர் தொடர, தலைவர் கோபிநாத் சேவித்துக் கொண்டே வந்தார். தனக்கு வந்த மலர் மாலைகளை அங்கங்கே இடம் வலமாகச் செல்லமாக வீசி எறிந்தார்.

கரிஸ்மா என்று ஆங்கிலத்தில் சொல்வார்கள் - ஒருவித பல வர்ணத் தன்மை - அது கோபியிடம் இருந்தது. ஐம்பது வயதுக்கு மெலிதான தொப்பை. நரையில்லாத் தலை. தீர்க்கமான நாசி. ஜப்பான் சில்க் சட்டையின் ஊடே வலைபனியன். குளித்திருக் கிறாற்போல இருந்தார்.

முதலில் அவருக்குக் கேடயம் கொடுக்கப்பட்டது. அப்புறம் மலர் மாலைகளால் அவரை நிரப்பினார்கள். சிரித்துச் சுமை தாங்கினார். அப்புறம் தெருக்கூத்து, குச்சி சுழற்றல், சிலம்பம் போன்ற விளையாட்டுகள்...

அப்புறம் மற்றொரு ஆள், மற்றொரு ஆள்... என்று பேசிப் பேசிப் பாய்ந்தார்கள். கடைசியில் கோபிநாத் பேசினார்.

வசீகரமான குரல். கல்தோன்றி மண் தோன்றாக் காலத்திலிருந்து தொடங்க நான் பதினைஞ்சு பைசாவுக்கு வேர்க்கடலை வாங்கிக் கொண்டேன்.

எனக்கு அந்தப் பெண்ணின் குரல் ஞாபகம் வந்தது. மணியைப் பார்த்தேன். அட! ஏழேகால்! ஐந்தரை மணிக்குக் கூப்பிட்டிருந் தாளே!

தனிப்பட்ட சந்து அது, எட்டு வீடுகளும் தனித்தனியே இருந்தன. முதல் வீட்டில் பாப் சங்கீதம் கேட்டது. இரண்டாவது வீட்டில் நாய் ஜாக்கிரதையாக இருந்தது. மூன்றாவது வீட்டில் ஸ்வெட்டர் அணிந்த பெண்கள் இங்கிலீஷ் பேச... ஐந்து ஆறு ஏழு எட்டு... கீழே இருட்டாக இருந்தது. மாடிப்படி பக்கவாட்டில் தெரிந்தது. மாடியில் வெளிச்சம் இருந்தது.

நான் அந்தப் படிகளில் ஏறித் திரும்பி முன்பக்கம் வந்து அந்த வாசல் பொத்தானை அழுத்தினேன். உள்ளே மணி கேட்டது. ஒரு நிமிஷம் இரண்டு நிமிஷம்... மூன்று நிமிஷம்... ஹூம்!

யாரும் இல்லையா? என்ன? விளக்கு எரிகிறது. ஜன்னல்கள் திரைகளிட்டு மூடியிருக்கின்றன.

யாருமில்லை. வெளியில் கிளம்பிவிட்டாள் போலும் என்று கிளம்ப இருந்த நான் எதனால் அந்தக் கதவைத் தட்டத் தீர்மானித் தேன் என்று தெரியவில்லை.

தட்டினபோது கதவு திறந்துகொண்டது. உள்ளே அந்தப் பெண் சாய்ந்து உட்கார்ந்திருந்தாள். உடை கலைத்திருந்தாள்.

'ஸோ ஸாரி. யாரும் இல்லையோ என்று...'

என் ரத்தம் உறைந்தது. கழுத்தில் இரண்டு மூன்று தடவை சுற்றப் பட்டு இறுக்கப்பட்டதனால் நீலம் பாரித்து அந்தப் பெண் மிகவும் இறந்திருந்தாள்.

2

இறந்த உடல்களை நிறையப் பார்த்திருக்கிறேன். நிறையத் தடவை வயிற்றில் திடுதிப்பென்று பள்ளம் விழுகிற அந்த உணர்ச்சிக்கு ஆளாகியிருக்கிறேன். இந்தப் பெண்ணின் உட்கார்ந் திருந்த தோற்றம் என்னை நிச்சயம் அதிகம் தாக்கியது. காதல் பண்ணுகிற என் இரண்டாவது சகோதரி வயசுதான் இருக்கும். ஏறக்குறைய உட்கார்ந்த நிலையில் எதிர்ச் சுவரின் மேலே மாட்டி யிருக்கும் கடிகாரத்தில் உயிரில்லாமல் மணி பார்த்துக்கொண்டு மெலிதாக வாய் திறந்து கழுத்தில் நீலம் பாரித்து உதட்டோரத்தில் ஒரே சொட்டுக் கருரத்தம் தெரிய உட்கார்ந்திருந்த அவளருகில் செல்ல பயமாயிருந்தது.

'ஆல் இண்டியா ரேடியோ சென்னை வானொலி நிலையம். இளைய பாரதம்...'

ரேடியோ உயிருடன் இருந்தது. உசத்தியான ரேடியோ. த்ரீ இன் ஒன். ஃபாரின் சரக்கு. கண்ணாடி அலமாரிக்குள் விதவிதமான பொம்மைகள். பீங்கானில் பிரான்ஸ் தேசத்தில் செய்யப்பட்ட கன்னி ஒருத்தி. அப்புறம் கஜுராகோ ரதத்தில் மாக்கல் சிற்பங்கள், கையை காலைத் தூக்கிக் கொண்டு கெட்ட காரியங்கள் செய்யும் ஆண் பெண்கள்...

'வீட்டில் வேற யாரும் இல்லையா?' என்று உரக்கவே கேட்டேன். அவள் பதில் சொல்லவில்லை.

இன்னும் மணி பார்த்துக்கொண்டுதான் இருந்தாள்.

அவளருகில் ஒரு கைப்பை கிடந்தது. அது கீழே கிடந்து வாய் பிளந்து அதிலிருந்து செண்டு பாட்டில்களும் மற்ற விஷயங்கள் சிலவும் உதிர்ந்திருக்க...

அதனருகில் ஒரு டயரி தெரிய...

'எல்லாவற்றையும் எழுதி வைத்திருக்கிறேன். வாருங்களேன்.'

தைரியமாக அவளருகில் சென்று அந்த டயரியை எடுக்க அவள் கையை விலக்கவேண்டியிருந்தது. சில்லென்று இருக்கும் என்று எதிர்பார்த்தேன். சூடிருந்தது கையில். மிகச் சமீபத்தில்தான் இறந்திருக்க வேண்டும். வியர்த்தது.

அந்த டயரியைப் பிரித்தால் ஆரம்பப் பக்கத்தில் சில வரிகள்தான் இருந்தன...

மனதுக்கு இனியவளுக்கு
உன்னிடம் அந்த
இருபத்திநாலு ரூபாய்த் தீவில்
மறக்கமுடியாத அந்த இரவில்
எழுதிய கவிதைகள்
இதோ!

24 ரூபாய் தீவா?

புரட்டினேன்.

தேதியில்லாத பக்கங்களில் மல்லாந்த எழுத்துகளில் சிரத்தை யாகக் கவிதைகள் எழுதப்பட்டிருந்தன.

எனக்கும் கவிதைக்கும் ரொம்ப தூரம். இருந்தும் நான் பார்த்த சாம்பிள் கவிதை ஷோக்காக இருந்தது.

தாவணியும் - பூவணியும்
        சின்னப்பெண் போலே
தேவையான பவுடர் பூச்சு
        கன்னத்தின் மேலே!

கவிதை நேரமா இது! எங்கே இருக்கவேண்டியவன். பீச்சில் பொதுக்கூட்டத்தில் கடலை உரித்துத் தின்றுவிட்டு பேசாமல்

ஆபீசுக்குத் திரும்பிப் போய் ரிப்போர்ட் பண்ணிவிட்டு அக்கடா என்று வீட்டுக்குப் போயிருக்கலாம். என் கடைசித் தங்கை வெலிங்டனில் செகண்ட் ஷோ போகணும் என்று சொல்லிக் கொண்டிருந்தாள்.

அங்கே இருந்து இங்கே வந்த நானும் ஒரு டெட் பாடியும் தனி யாக ராஜா அண்ணாமலைபுரத்தில் ஒரு வீட்டு மாடியில். விதிடா!

நிருபன் என்கிற ரீதியில் இந்த இடத்தை விட்டு விலகக்கூடாது. இந்தப் பெண் செத்துப்போனதில் செய்தி இருக்கிறது. காலம் காலமாக எழுதலாம். எழுதவேண்டியது நானல்ல. சிட்டி டெஸ்க்கிலிருந்து யாராவது வருவார்கள். வரவேண்டும். நான் கோபிநாத்தின் பாராட்டுக் கூட்டத்தைப் பற்றி ரிப்போர்ட் எழுத வேண்டும். நான் இங்கே வந்தேன் என்று தெரிந்தால் மைக்கல் சுத்தமான மதறாஸ் பாஷையில் திட்டுவார்: 'அங்கே என்னா மேன் உனக்கு ஜாபு? ஏதாவது பொட்டக் குட்டி வெச்சிருந்தியா?' இருந்தும் போலீசுக்குச் சொல்லாமல் கிளம்பக்கூடாது.

அந்த அறையில் அத்தனை வசதிகள் இருந்தும் டெலிபோன் இல்லை. அறைக் கதவை மேலாகச் சார்த்த - அவள் அப்படியே உட்கார்ந்திருந்தாள். சார்த்திவிட்டு நான் கீழே இறங்கிவந்தேன். எதிர்வீட்டில் டெலிபோன் இருந்தது. வாசலில் மெலிதாக இருட்டு. ஓர் இளைஞனும் பெண்ணும் காம்பவுண்டு சுவரில் பக்கத்தில் பக்கத்தில் உட்கார்ந்துகொண்டிருந்தார்கள். இருவரும் ஒரே மாதிரி உடை அணிந்திருந்தார்கள். அண்ணன் தங்கை என்றால் அவர்கள் செய்துகொண்டிருந்தது மகாபாவம்.

ஐ ஸீ இங்க்லண்ட்
ஐ ஸீ ஃபிரான்ஸ்
ஐ ஸீ எ லிட்டில் கேர்ல்ஸ்
அண்டர் பேண்ட்ஸ்

என்று அவன் சொல்ல, அதற்கு அட்டகாசச் சிரிப்பு சிரித்தது அந்தப் பெண்.

'எக்ஸ்யூஸ் மி' என்றேன்

அவன் கையை எடுத்துவிட்டான்.

'வாட் டூ யூ வாண்ட்?'

‘டெலிபோன் உபயோகப்படுத்தவேண்டும். எதிர்வீட்டில் ஒரு பெண்...’

‘நேராகப் போனால் ஒரு மருந்துக் கடை இருக்கிறது தெருக் கோடியில்... அங்கே அனுமதிப்பார்கள்’ என்றான்.

‘மிக அவசரம். போலீசுக்கு போன் பண்ணவேண்டும். ஒரு பெண் எதிர்வீட்டில்...’

‘நேராகப் போனால் ஒரு மருந்துக் கடை இருக்கிறது தெருக் கோடியில்... அங்கே அனுமதிப்பார்கள்.’

‘எதிர்வீட்டில் ஒரு பெண்...’

‘பிஸ் ஆஃப் மேன்! எத்தனை தடவை சொல்றது!’ என்றான்.

அவனை அப்படியே தள்ளிவிட்டு ஒரு பாறாங்கல்லைப் போட இருந்த ஆசையை ஒத்திப்போட்டுவிட்டு, ‘லுக்! எதிர்வீட்டில் ஒரு பெண் இறந்திருக்கிறாள். போலீசுக்குத் தகவல் தெரிவிக்க வேண்டும். உங்கள் டெலிபோனை உபயோகிக்க மறுத்தால் யு வில் பி இன் ஷிட் க்ரீக் மேன்!’ என்றேன். எனக்கும் கொஞ்சம் இங்கிலீஷில் திட்டத் தெரியும். மைக்கல் உபயம்!

‘ஓ மை காட்! எப்போது? யார்?’

‘அதெல்லாம் அப்புறம் சொல்லுகிறேன். டெலிபோன் எங்கே?’

அரைமணி கழித்து அவர்கள் வந்தார்கள். முதலில் ஒரு கான்ஸ்டபிளும் சர்க்கிள் இன்ஸ்பெக்டரும் சப் இன்ஸ்பெக்டரும். அப்புறம் மேன்மேலும் விதவிதமான வாகனங்களில் விதவிதமான போலீஸ் அதிகாரிகள் வந்து வந்து இறங்கி மாடிக்குப் போனார்கள். சின்ன கருப்புப் பெட்டிகளுடன் மப்டி ஆசாமிகள் வந்தார்கள். அந்தப் பெட்டிகளில் இருந்த பொடிகளும் பிரஷ்களும் பாட்டில்களும் கடை பரப்பப்பட்டு அந்த அறையின் ஒவ்வோர் இடத்தையும் துருவினார்கள். தொட்டுப் பார்த்தார்கள். முகர்ந்து பார்த்தார்கள். திறந்து பார்த்தார்கள். கவிழ்த்துப் பார்த்தார்கள். கீழே சாக்பீஸ் கோடு போட்டார்கள். பெரிய சதுரமான கேமராவில் போட்டோ பிடித்தார்கள். அந்தப் பெண் அப்படியே மணி பார்த்துக்கொண்டு உட்கார்ந்திருக்க அவளும் அந்த இடத்து ஃபர்னிச்சர்களில் ஒன்றாக மாறிவிட்டதாக எனக்குத் தோன்றியது.

மனதுக்கு இனியவள்! இருபத்து நாலு ரூபாயில் தீவா! என்ன, சல்லிஸாக இருக்கிறதே!

ஒரு டாக்டர் வந்து கையை மடக்கி, தொட்டுப் பார்த்து, கண்ணின் அருகில் சென்று டார்ச் அடித்துப் பார்த்து...

'இங்கே வாய்யா!' அதிகாரம்! என்னை ஒரு போலீஸ் அதிகாரி அதட்டிக் கூப்பிட்டார்.

'பொண்ணு யாரு?'

'தெரியாது.'

'தெரியாதா! நீதானே போன் பண்ணினது?'

'ஆமாம்.'

'பின்னே?'

'நான் இந்தப் பெண்ணைப் பார்க்கிறதுக்கு வந்தேன். அவள் யாருன்னு தெரியாது.'

'பாக்கிறதுக்கு வந்தியா இல்லை...'

'சே!' என்றேன்.

'எவ்வளவு ரேட்டு இதுக்கு?'

'சே!'

'என்ன சே!'

'சார், இந்தப் பொண்ணை நான் முன்னே பின்னே பார்த்ததில்லை. இவள் யாருன்னே தெரியாது. முதல் தடவை பார்த்தபோது செத்திடுச்சு!'

'நீ யாரு. அதாவது தெரியுமா?' என்று பக்கத்தில் துணை அதிகாரியைப் பார்த்துக்கொண்டே கேட்டார். அதற்கு அவர் புன்னகை செய்தார்.

'நான் தின ஒளியிலே ரிப்போர்ட்டர் சார்.'

'ரிப்போர்ட்டரா! அதுக்குள்ளே வந்துட்டியா?'

'நான் அகஸ்மாத்தா இங்கு வந்தேன் சார்.'

'எதுக்கு?'

'இந்தப் பெண்ணே கூப்பிட்டு அனுப்பிச்சது... ஒரு நியூஸ் குடுக்கறேன்னிட்டு. அட்ரஸ் கொடுத்தது. வந்தேன். வந்தா... இப்படி!'

'கதவு திறந்திருந்ததா?'

'ஆமாம்.'

'உங்க மாதிரி ரிப்போர்ட்டர்களாலே ரொம்பத் தொல்லை ஐயா!'

'சார், நான் என்ன சார் பண்ணினேன்? வந்தேன் பார்த்தேன். போன் பண்ணினேன்.'

'கைல என்ன அது?'

'நோட்டு!'

'உன்னுதா?'

தயங்கி 'ஆம்' என்றேன். தப்பு! மகா தப்பு!

'கொஞ்ச நேரம் இரு. அப்படி ஓரத்திலே போய் உக்காந்துக்க. சிகரெட் குடிப்பியா?'

'பழக்கமில்லே.'

'கான்ஸ்டபிள்! எதிர்த்த கடையிலே போய் ஒரு பெட்டி பர்க்லியும் ஒரு மேச் பாக்ஸும் வாங்கிட்டு வந்துடு... ராப்பூரா ஆயிடும்.'

இன்னொரு அதிகாரி அவரைக் கூப்பிட, 'இங்கேயே உக்காந்திரு' என்று சொல்லிவிட்டு விறைப்புடன் சென்றார்.

நான் பால்கனியிலிருந்து எட்டிப் பார்த்தேன். முடிச்சு முடிச்சாக ஜனங்கள் கூடிப் பேசிக்கொண்டு மாடியை அடிக்கடி நோக்கிக் கொண்டிருந்தார்கள். நான் கைப்பிடிச் சுவரில் உட்கார்ந் திருந்தேன்.

அந்த டயரியில் நூறு பக்கங்கள் இருக்கும். முதலில் அந்தக் கவிதைகள்.

காசு கொடுப்போர்க்குச்
காம சரசங்கள்
விரசங்கள்
கூசாமல் புரிவோர்கள்
தாசிகள் எத்தனை பேர்
ஆனால்...

'இந்தாய்யா ரிப்போர்ட்டர்! உள்ளே வாய்யா இப்படி!'

உள்ளே சென்றேன். காக்கிப் பட்டாளமாக இருந்தது. 'எஸ்.பி. பார்க்கணும்கிறாரு!'

எஸ்.பி. என்னைச் சந்தேகப் பார்வையால் உடல் முழுவதும் வருடினார்.

'ரிப்போர்ட்டரா நீ?'

'ஆமாம். தின ஒளி.'

'அடையாளத்துக்கு ஏதாவது வெச்சிருக்கியா?'

'இல்லை சார். பேர் விஸ்வநாத். நீங்க வேணும்னா விசாரிச்சுக் கலாம்.'

'அந்தப் பெண்ணை உனக்குத் தெரியாது?'

'நிச்சயம் தெரியாது.'

'எப்படி வந்தே சொல்லு.'

'ஆபீசுக்கு இந்தப் பொண்ணு போன் பண்ணிச்சு. அட்ரஸ் கொடுத்து முக்கியமான தகவல்...'

ஒன்றுவிடாமல் சொல்லித் தீர்த்தேன்.

'இந்த வீடு யார்து? கீழே குடியிருக்காங்களே ஒரு வயசான அம்மா. அவர்களைக் கேட்டுக்கிட்டு வாய்யா...'

'கேட்டுட்டேன் சார். இது ஏதோ கம்பெனி லீஸ்லே இருக்குதாம்.'

'கம்பெனி லீஸ்லே எடுத்துட்டு இந்த மாதிரி குட்டிகளை வெச்சுட்டு பஜனை பண்றாங்களா?' என்றார் கோபத்துடன்.

இன்ஸ்பெக்டர், தான் பஜனை செய்ததுபோல் பயந்தார்.

என்னை எஸ்.பி. நேராகப் பார்த்து, 'இதோ பார் விஸ்வநாத், இந்தப் பொண்ணுகிட்ட நீ எதுக்காக வந்தேன்னு எங்களுக்கு எல்லாம் தெரியும். சும்மா நியுஸு அது இதுன்னு விடாதே! கம் கிளீன்! போலீஸ் உங்களை ஒன்றும் செய்யாது. அதுவும் இப்ப எல்லாம் உங்களோட பேசறதே கஷ்டமா இருக்கு. எதுக்கு எடுத்தாலும் போலீஸ்காரங்கதான் தப்பு! இவள் யாரு என்ன விவரம்கிறதைச் சொல்லிடு. பளிச்சுன்னு வீட்டுக்குப் போயிடலாம்!'

'நான் சொன்னது தவிர வேறு எதுவும் எனக்குத் தெரியாது சார்!'

அலுத்துக்கொண்டார்.

'சரி? யாரையோ பத்தி நியூஸ் சொல்றதாச் சொன்னாள். அதனால வந்தேன்ங்கிறீங்க! அதானே உண்மை?'

'அதான் சார்!'

'யாரைப் பத்தி?'

'அது டெலிபோன்லே அவ சொல்லலே. வரச் சொல்லியிருந் தாள். அவ்வளவுதான்.'

'எத்தனை மணிக்கு அந்த டெலிபோன் வந்தது?'

'சாயங்காலம் சுமார் அஞ்சு மணி இருக்கும்.'

'இந்த மாதிரி டெலிபோன் வந்ததை ஆபீஸ்லே யார்கிட்டே யாவது சொன்னீங்களா?'

'இல்லை.'

'ஏன்?'

'ஆபீஸ்லே ஒருத்தரும் இல்லை...'

'ஒருத்தரும் இல்லையா? என்ன ஆபீஸய்யா அது?'

'சாமிநாதன்னு எடிட்டோரியல் அஸிஸ்டெண்ட் ஒருத்தர்தான் இருந்தார்.'

'அவர்கிட்ட சொன்னீங்களா?'

'இல்லை.'

'ஏன்?'

ஏன்? ஏன்? ஏன்? முடிவில்லாத கேள்விகள் தொடர்ந்தன. எனக்கோ பத்து மணிக்குள் ஆபீஸ் திரும்பச் செல்லவேண்டும்.

ஒன்பது ஐம்பத்து ஐந்துக்கு, மறுநாள் காலை வரும்படிச் செல்லி விட்டு, என்னை விட்டார்கள். என் கையில் அந்த டைரி இருந்தது. சந்தை விட்டு வெளியில் வந்ததும் கிடைத்த ஒரு டாக்ஸியைப் பிடித்துக் கொண்டேன்.

'ஓம் சரவணபவ' என்று பிளாஸ்டிக் பிரேம் போட்டு முருகன் சிரிக்க, அருகில் அகர்பத்தியின் வாசனை மூக்கைத் துளைக்க...

'நீங்க எந்தப் பக்கம், டாக்ஸிக்காரரே!'

'ஏங்க!'

'இல்லை, ஒரு கேள்வி கேட்டா தப்பா நினைச்சுக்க மாட்டிங்களே?'

'கேளுங்க.'

'அந்தச் சந்து உங்களுக்குத் தெரியுமா? அங்கே இதுக்கு முன்னாடி சவாரி செய்திருக்கிங்களா?'

'வந்திருக்கேங்க! நீங்க அந்தக் கடைசி வீட்டைத்தானே சொல்றீங்க! மாடி வீடு?'

'ஆமாம். அந்த வீடு யார்து?'

'அது யாரோ கம்பெனிக்காரங்க, பார்ட்டி கீர்ட்டியெல்லாம் நடத்துவாங்க. கும்மாளம் போடுவாங்க. வயசானவங்களைக் கூட்டி வெச்சிக்கிட்டு சின்ன பொண்ணுங்க மேலே போவாங்க! விஸ்கி பிராந்தி... எல்லாம் நடக்கும்...'

நான் மறுபடியும் தின ஒளி அலுவலகத்துக்குச் சென்றபோது, 'எங்கே மேன்! மீட்டிங்கிலேருந்து வீட்டுக்குப் போயிட்டியா?' என்றார் மைக்கல்.

'இல்லை பாஸ். வேற ஒரு விஷயத்திலே மாட்டிக்கிட்டேன்.'

'கோபிநாத் என்ன சொன்னாரு?'

'நத்திங். நத்திங் அன்யூஷுவல்!'

'அப்படியா?' என்னை நிமிர்ந்து பூனைக் கண்களால் பார்த்து... 'கோபிநாத் இன்னிக்கு, மீட்டிங்கிலே ஒண்ணும் சொல்லலை?'

'முக்கியமா ஒண்ணுமில்லை.'

'உன் தலை! எங்கே மேன் போயிருந்தே நீ... எங்கயாவது சந்திலே கிந்திலே ரிக்ஷாக்காரன் பின்னாடி போயிட்டியா! பாஸ்டர்ட்! கோபிநாத் பல பேரை இன்னிக்கு டைரக்டா அட்டாக் பண்ணி யிருக்காரு. அவங்கவங்க பறக்கிறாங்க! நீ பீச்சிலே எங்கே ஒக்காந்துக்கிணு இருந்தே? மண்ணுக்கு அடியிலே லெட்ரின் கட்டிருக்காங்களே அங்கேயா!'

இனிமேல் பொய் உதவாது என்று நான் சீஃப் ரிப்போர்ட்டர் மைக்கலிடம் சகலத்தையும் சொல்லிவிட்டேன். அந்த டயரியையும் காட்டலாம் என்று பார்த்தால், அதைக் காணோம்.

3

மைக்கல் நான் டயரியைத் தேடு தேடு என்று தேடுவதைச் சுவாரஸ்யமாகப் பார்த்துக்கொண்டிருந்துவிட்டு, 'இன்னா மேன்?' என்றார்.

'டாக்ஸியில் விட்டுவிட்டேன். காணோம்.'

'பொம்பளைங்கறே, செத்துப் போச்சுங்கறே, டயரிங்கறே டாக்ஸிங்கறே, உடம்பைத் தொட்டுப் பார்த்துக்கறே, என்னாச்சு உனக்கு வவுத்துவலியா? ஒரு ஸோடா குடி, வவுத்துலே வலி இருந்தா அப்படித்தான் திருதிருன்னு இருக்கும். நம்ம சின்னது ஜேனிஸ் இப்படித்தான் ஏப்பம் விட்டுகிட்டே இருந்தது. வந்தவங்கள்ளாம் குழந்தை அளகாயிருக்குது, ஆனா ஏப்பம் விடுதுன்னாங்க.'

ஜேனிஸின் ஏப்பங்களைப் பற்றிக் கவலைப்படாமல் மேஜையில் உட்கார்ந்தேன். சாரதி நிமிராமல், 'வந்துட்டியா?' என்றார்.

'அண்ணாமலை புரத்திலே ஒரு கொலைக்கேஸ் சார்.'

'நஸீர் போயிருக்கான்னு நினைக்கிறேன். கொலையா? தற்கொலைன்னு சொன்னாங்க?'

'கொலை சார்.'

'பொண்ணா?'

'ஆமாம். சின்னப் பொண்ணு.'

'ரெண்டாம் பக்கத்திலே இடம் இருந்தா போடுவான். இப்பத் தான் டெண்டர் நோட்டீசுக்கும் உங்க கோபிநாத் பேசறதுக்கும் இடம் போறலியே. என்ன சொல்றான் கோபி?'

'அதெல்லாம் ஒண்ணும் கேக்கலை சாரதி சார். நான்தான் மயிலாப்பூர் போய் வெட்டி வம்பிலே மாட்டிகிட்டேனே.'

'அவனுக்கு நூறு எம்.எல்.ஏ சப்போர்ட் இருக்குங்கறா.'

'சரியாச் சொல்ல முடியாது. எம்.எல்.ஏக்கள்ளாம் திடீர் திடீர்னு சப்போர்ட் மாறிடறா.'

'அந்தப் பொண்ணு. பேர் என்ன ஆர்த்தியா?'

'இல்லை லதாங்கி.'

'லதாங்கி! சபாஷ். காளிதாசன் நாடகத்திலே வரமாதிரி... பூனை கூப்படறான் உன்னை, போ.'

மைக்கல் வில்லியம்ஸ் தன் பைப்பைப் பற்றவைத்து அப் அப் அப் என்று உறிஞ்சிக்கொண்டே, 'நீ கோபிநாத் மீட்டிங்கிலே எத்தனை நேரம் இருந்தே?' என்றார்.

'அதிகம் இல்லை சார்.'

நீலமேகப் புகை, 'சரி, சமாசார் ரிப்போர்ட்டை வெச்சுட்டே சட்டுனு எளுதிடு. இனிமே இந்த மாதிரி செய்யாதே. குடுத்த வேலையைச் செய்யணும். சந்திலே கிந்திலே நுளையாதே. அந்த ஹிந்துஸ்தான் இயர் புக்கை எடு. எடிட்டர் கேப்பாரு. இப்பதான் முளிச்சிக்கிட்டு கோபிநாத் எந்த ஸ்கூலிலே படிச்சான்னு ஆரம்பிப்பார்...'

இயர் புக்கை அவருக்குக் கொடுத்துவிட்டு நான் டெலிபிரிண்டரை நோக்கி நடந்தேன். அதன் அருகிலிருந்த அனுமார் வால் காகிதத்தைச் சேகரித்து, சமாசாரின் செய்தியைத் தேடினேன்.

சென்னை ஜூன் 19.

முதல்வர் மேல் கோபிநாத்தின் திடீர்க் குற்றச்சாட்டு.

இன்று மாலை தம் ஐம்பதாம் பிறந்த தினத்தை ஒட்டிய கடற்கரைப் பொதுக்கூட்டத்தில் கோபிநாத் முன்பில்லாத காட்டத்துடன் முதல்வரைத் தாக்கினார்.

கட்சியின் தொண்டர்களிடையே முதல்வரின் தலைமை பற்றி அதிருப்தி பரவலாக இருப்பதாகவும் ராச்சியத்தில் ஊழல் தலை விரித்தாடுவதாகவும் நிலைமை சகிக்க முடியாத கட்டத்துக்கு வந்துவிட்டதென்றும் கோபிநாத் சொன்னார்.

ஆளுங்கட்சியில் இதுவரை வதந்தியாக இருந்த பிளவு இப்போது பொதுமேடைக்கு வந்துவிட்டதாகப் பார்வையாளர்கள் கருதுகிறார்கள்.

முதல்வரிடம் இதுபற்றி சமாசார் கேட்டபோது, 'கோபிநாத் எப்போதுமே கொஞ்சம் கோபநாத். அப்படிச் சொன்னாரா என்ன? அவரையே நான் முதலில் கேட்க விரும்புகிறேன்.'

என்றார் என்று எழுதி முடித்தேன்.

வீட்டில் அம்மாவும் சின்னவள் வினோதாவும் விழித்துக் கொண்டிருந்தனர். வினோதா அழாக்குறையில் இருந்தாள்.

'மணி என்ன வினு?' என்றேன்.

'இண்டர்வல் விட்டிருப்பான். உன்னை நம்பி நான் சினிமா போறேன்னு பைத்தியம் மாதிரி எட்டரை மணிலேர்ந்து பவுடரை அப்பிட்டு உக்காந்திட்டிருக்கேன் அண்ணா...'

'நாளைக்கு நிச்சயம் போயிடலாம்.'

'நாளைக்கு படம் மாறிடறது.'

'மார்னிங் ஷோ வரும்.'

'அவன் முதல்லே சாப்பிடட்டுண்டி. என்ன படம் பாழாப் போகிறது? போய்த் தட்டைப் போடு.'

வினு காலை அழுத்தி அழுத்தி மிதித்து நடந்து என்மேல் அபரிமித ஏமாற்றத்தைக் காட்டி உள்ளே சென்றாள்.

'என்ன சினிமாவோ?'

'குழந்தைகள் படம்மா?'

'மார் வந்துட்டுது. பெரியவளாயிட்டா. இன்னும் துணி பொம்மையைக் கட்டிட்டுப் படுத்துக்கறா... படுக்கையிலே

மூத்திரம் போறா... சில வேளையிலே விரலைப் போட்டுக்கறா. அக்காகாரிகளானா...'

'சுமதி எங்கே?'

'இன்னும் வரலை...'

'லக்ஷ்மி?'

'அவ வந்துட்டா. தூங்கறா. இந்தச் சுமதி கடன்காரிதான் என்னை உயிரோட கொல்லப்போறா. எதிர்த்து எதிர்த்துப் பேசறா...'

செருப்புச் சத்தம் கேட்டது.

'வரா பாரு! ஏண்டி நாசமாப் போறவளே...'

'அம்மா, நீ உள்ளே போ. நான் அவளோட பேசிக்கறேன்.'

அம்மா பெரிசு பெரிசாக மூச்சு விட்டுக்கொண்டே உள்ளே செல்ல, என் தங்கை சுமதியை நான் பார்த்தேன். சின்னதாக ஸ்டைல் முடிச்சு போட்டு ஒரு கொண்டை, ஒரே வர்ணத்தில் புடைவை, ரவிக்கை, முதுகிலே சரித்து...அவள் வாளிப்பைப் பற்றிச் சந்தேகத்துக்கே இடமில்லாமல் அங்கங்கே தெரிய...

'என்ன அண்ணா, இது! இப்படிப் பார்க்கறே... மறுபடி லெக்சரா? நான் எங்கே போனேன் சொல்லட்டுமா? என் ப்ரெண்டு நித்யா வீட்டுக்குப் போயிருந்தேன். அங்கே டி.வி. பார்த்துட்டு பஸ் புடிச்சுத் திரும்பி வரதுக்கு...'

'டி.வி.லே இன்னிக்கு என்ன காட்டினா? என்ன ப்ரொக்ராம்...'

சுமதி என்னை நேராகப் பார்த்தாள், 'அண்ணா என்மேல் நம்பிக்கை இல்லை உனக்கு? ஒண்ணு மட்டும் ஞாபகம் வைச்சுக்கோ. நம்ம ஒண்டர்ஃபுல் ஃபேமிலிக்குக் களங்கம் வரமாதிரி நான் எந்தக் காரியமும் செய்யமாட்டேன். நம்ம பண்பாடு என்ன ஆகிறது. குலம் கௌரவம்.'

'ஷட் அப் சுமதி. எனக்கு வர ரிப்போர்ட் எல்லாம் நல்லா யில்லை.'

'அண்ணா, நீ சாப்பிட்டாச்சா?'

'இல்லை.'

‘பசி வேளையிலே இதப் பத்திப் பேசவேண்டாம். எனக்குக் குலைப்பசி.’ வசீகரமாகச் சிரிக்கிறாள்.

எல்லாவற்றுக்கும் விளக்கம் வைத்திருப்பாள். இப்போது டி.வி.யைப் பற்றிக் குடைந்து கேட்டால் நிச்சயம் சரியாகச் சொல்லுவாள்.

‘சுமதி, அடுத்த மாசத்திலே இருந்து நீ இன்ஸ்ட்யூட்டிலே...’

‘மார்னிங் கிளாஸிலே சேரணும். அவ்வளவுதானே? சேர்ந்துட்டாப் போறது...அண்ணா, ஒரே ஒரு பொன்மொழி. வீட்டிலேயே தெரியாமல் கெட்டுப்போறதுக்கு எக்கச்சக்கமா வழி இருக்கு... முதல்லே நம்பிக்கை வேணும். உனக்கும் இல்லை, அம்மாவுக்கும் இல்லை. இமாஜினேஷன்தான் நிறைய இருக்கு.’

படுக்கையில் தூக்கமில்லாமல் புரண்டேன். லதாவின் முகம் ஞாபத்தில் ததும்பித் ததும்பி வந்தது. ஒன்றிரண்டு சமயங்களில் வயிற்றைச் சங்கடம் பண்ணியது. மனதுக்கு இனியவள்! இருபத்து நாலு ரூபாய் தீவு.

காலைச் செய்தித்தாள்கள் அனைத்தும் எனக்கு வரும். பெரும் பான்மையானவற்றில் லதாங்கியின் மரணத்தைப் பற்றிச் செய்தி இல்லை. தின ஒளியில் மட்டும் ‘இளம் பெண் தற்கொலை’ என்று சாஸ்திரத்துக்கு நாலைந்து வரிகள். நஸீர்தான் எழுதியிருக்க வேண்டும். தற்கொலையா? நஸீரைக் கேட்கவேண்டும்... செத்துப்போனாலும் பேப்பரில் வர ஒரு ராசி வேண்டும். லதாங்கி என்ற பெண்ணுக்கு மூன்றாம் பக்கத்தில் ஓர் ஓரத்தில் இரண்டு இன்ச்தான் கிடைத்திருக்கிறது. தற்கொலையா?... அந்த சர்க்கிள் இன்ஸ்பெக்டர் என்னைப் போலீஸ் நிலையத்துக்கு வரச் சொல்லியிருந்தது ஞாபகத்துக்கு வந்தது. அவர் முகம் எனக்கு ஞாபகம் இருக்குமா என்ற சந்தேகம் வந்தது. என்னைக் கேள்வி கேட்ட எஸ்.பி.யின் முகம் தெளிவாக ஞாபகம் இருந்தது. என்னைக் கலங்க வைத்த கேள்விகள். தெரியாத்தனமாக மாட்டிக் கொண்டு விட்டேனோ, என்மேலேயே சந்தேகம் ஏற்பட்டு விட்டதோ என்றுகூடப் பயப்படும்படி இருந்தது அவர் கேள்வி களின் போக்கு...

நல்லவேளை தற்கொலை... நான் தப்பித்தேன்... இருந்தும் வரச் சொல்லியிருந்ததால் போலீஸ் நிலையத்துக்குச் செல்வது எனக்குக் கட்டாயமாகிவிட்டது.

காவல் நிலையங்களுக்கு என்றே எங்கிருந்து அந்தச் சிவப்பு பெயிண்ட் வாங்குகிறார்களோ? ரத்தத்தை ஞாபகப்படுத்தும். கட்டம் கட்டமாகச் சுவர் அமைத்து வாசலில் ஆர்ச் வைத்து உள்ளே ஆயுதங்கள்... இன்ஸ்பெக்ஷன் செய்த தேதிகள்... புராதன மேஜை... புரதச்சத்துக் குறைந்த போலீஸ்காரர்கள்.

'யார்யா நீ?'

'வரச் சொன்னாங்க. நேத்து ஒரு கேஸ் நான் ரிப்போர்ட் பண்ணது...'

'என்ன கேஸ்?'

'ஒரு பொண்ணு. அண்ணாமலைபுரத்திலே...'

'ஓ, அதுவா...அது இன்க்வெஸ்ட்டெல்லாம் நடந்துபோய் முடிஞ்சு போச்சுதே...'

'யார்யா அது?' உள்ளே இருந்து வந்த இன்ஸ்பெக்டரைப் பார்த்ததும் எனக்கு அவர் முகம் ஞாபகம் வந்துவிட்டது. 'ஹலோ சார்?'

அவர் என்னைக் கேள்விக்குறியுடன் பார்த்து, 'ஓ நீயா?' என்றார். 'எங்கே வந்தீங்க?'

'நீங்கதானே வரச்சொன்னீங்க?'

'அந்தக் கேஸு தீர்ந்து போச்சு...ஸுய்ஸைடு.'

'தற்கொலையா! எனக்கு ஆச்சரியமா இருக்குங்க. பாடியைப் பார்த்தா அப்படித் தெரியலீங்களே.'

'நாங்ககூட முதல்லே கொலைன்னுதான் நினைச்சோம். நீங்க பார்த்தபோது பாடி நாற்காலியிலே உக்காந்துகிட்(ட)டு இருந்தது இல்லை.'

'அப்படித்தான்.'

'தொங்கிக்கிட்டிருந்த உடம்பைக் கீழே இறக்கி வச்சிருக்காங்க. பக்கத்திலே கயிறு கிடந்தது. அதுலே தூக்கு மாட்டிக்கிட்டுச் செத்துப் போயிருக்கா. கடிதாசி எழுதி வச்சிட்டுப் போயிருக்கா. கேஸ் ஒண்ணும் இல்லை. தற்கொலை. ஸ்ட்ரெய்ட் கேஸு.'

‘உடம்பை யார் சார் கீழே இறக்கி வெச்சாங்க?’

‘வேலைக்காரன் ஒருத்தன். அவனும்தான் ஸ்டேஷனுக்கு ஓடியிருக்கிறான். அதுக்குள்ளே நீங்க வந்து பார்த்து போன் பண்ணிட்டீங்க... சிரமப்பட்டதுக்கு ரொம்ப தாங்க்ஸ். உங்க மாதிரி பொறுப்புணர்ச்சியோட நடந்துக்கற ஆசாமிங்க நிறைய வேணும். டீ சாப்பிடறீங்களா? எதிர்த்த அமீன் கடையிலே டீ ரொம்ப நல்லா இருக்கும்.’

ஆபீஸுக்குத் திரும்பி வந்தபோது அந்த லதாங்கியை ஏறக் குறைய மறந்திருந்தேன். நஸீர் கண்ணில் பட்டதும்தான் ஞாபகம் வந்தாள். கேட்டேன்.

‘நான் போனபோது பாடியை எடுத்துட்டாங்க...ஸூய்ஸைடு லெட்டர் எழுதி வைச்சிருந்ததாம்.’

‘என்ன காரணமாம்?’

‘காதல் தோல்வின்னு ஞாபகம்... யூஷுவல் கல்யாணமாகாத பொண்ணா இருந்தா காதல் தோல்வி. கல்யாணமானதா இருந்தா மாமியார், இல்லை கணவன்! Suicide Pattern in Urban Madras என்று நான் ஒரு கட்டுரை எழுதப்போறேன்; சாரதி உன்னைத் தேடிட்டிருந்தார்!’

சாரதி என்னை கோபிநாத் கூப்பிட்டிருந்த ப்ரெஸ் கான்ஃபரன் ஸுக்குப் போய்விட்டு வரும்படிச் சொன்னார். ‘வேற எங்கே யாவது போய்டாதே! இது மிக முக்கியமான கான்ஃபரன்ஸ்! கட்சி பிளக்கப்போறதா, இல்லையான்னு நிச்சயம் இன்னிக்குத் தெரிஞ்சிடும்!’

தேனாம்பேட்டையில் இருந்தது கோபிநாத்தின் வீடு. ஆடம்பர மில்லாத வீடு. அவர் தொண்டனாக இருந்தபோது ஒண்டியிருந்த வீடு. பதவிக்கு வந்து மந்திரியான பின்பும்கூட அதே வீட்டில் பிடிவாதமாகத் தொடர்ந்தார். பக்கத்தில் சில வீடுகளை இடித்துக் கட்டி இணைக்கவேண்டியதாக இருந்தது. போக்குவரத்துக்கு மிகவும் இடைஞ்சலாக இருந்தது. நிறைய கார்கள் நின்று கொண்டிருந்தன. ஒரு போலீஸ் ஜீப் நின்று கொண்டிருந்தது. வெள்ளை வேஷ்டி ஜிப்பா அணிந்த பலர் நின்று பேசிக்கொண் டிருந்தனர். சந்தின் முகப்பில் ஒரு லாரித் தொண்டர்கள் நிரம்பி எந்த நிமிஷமும் குண்டர்களாக மாறி விடுவார்கள் போல இருந்தது.

என் ப்ரெஸ் பாஸைக் காட்டியதும் மாடிக்கு அனுமதித்தார்கள். மாடியில் கீற்றுக்கொட்டகை. பாரதிதாசன், அறிஞர் அண்ணா, காமராஜ், காந்தி, பெர்னாட் ஷா, திருவள்ளுவர், லெனின், இங்கர்ஸால் எல்லோருடைய படங்களும் சாய்ந்து மாட்டியிருந்தன. வகுப்பறைபோல் இருந்தது. கோபிநாத்தின் சிறு வயதுப் படங்கள் எல்லாம் இருந்தன. கோபிநாத்தே வழக்கறிஞராக நடித்த 'நீதி இருக்கிறதா?' என்கிற படத்தின் ஸ்டில்லும் இருந்தது. கோபிநாத் புகழின் உச்சங்களைத் தொட்ட கட்டங்கள் அனைத்தும் புகைப்படங்களாக இருந்தன.

அந்த மாடியில் கூடியிருந்தவர்கள் எல்லோரையும் எனக்குத் தெரியும். ஹிந்து, தினமணி, தினத்தந்தி, எக்ஸ்பிரஸ்... எல்லோரும் வந்திருந்தார்கள். சமாச்சார் வந்திருந்தார். ஏன், ராய்ட்டரைக்கூடப் பார்த்தேன் என்று நினைக்கிறேன்.

திரும்பி வந்ததும் ஒரு மணி நேரம் மிகவும் யோசித்து, பல புத்தகங்களிலிருந்தும் பத்திரிகைகளிலிருந்தும் குறிப்பெடுத்து ஒரு விளக்கக் கட்டுரை எழுதினேன். 'கோபிநாத்தின் அரசியல் வாழ்க்கையில் ஆசைகளின் மிக முக்கியமான கட்டம் வந்து விட்டது. ஆங்கிலத்தில் Showdown என்பார்களே அந்த நேரம் இது.' எழுதி எடிட்டரின் பார்வைக்கு அனுப்பிவிட்டேன். எடிட்டர் நிச்சயம் சந்தோஷப்படுவார். அவர் எழுதவேண்டிய கட்டுரை இது.

சும்மா உட்கார்ந்திருக்கையில் அந்தப் பெண்ணின் ஞாபகம் வந்தது. அவளைப் பற்றி 'நமது விசேஷ நிருபர்' எழுதுவதாகக் கீழ்க்கண்டவாறு எழுதியது என் வாழ்க்கையையே அவ்வளவு ஆழமாகப் பாதிக்கப்போகிறது என்பது எனக்கு அப்போது தெரிந்திருக்கவில்லை.

> மயிலாப்பூர் ராஜா அண்ணாமலைபுரத்து லதாங்கி என்கிற பெண்ணைத் தெரியாது உங்களுக்கு. உங்கள் நிருபருக்கும் தெரியாது. ஒரு டெலிபோன் அவருக்கு வந்தது. ஒரு முக்கியமான ஆசாமியைப்பற்றி முக்கியமான செய்தி தருகிறேன் வா என்றாள். போனார். லதாங்கியைச் சந்தித்தார் பிணமாக. கடமை உணர்வுடன் நிருபர் போலீசுக்குச் சொல்ல, சற்று நேரத்தில் ஸ்தலத்தில் போலீஸ்காரர்கள் மொய்த்தார்கள். பல மணி நேரம் போட்டோ பிடித்து, விரல் ரேகை பார்த்து, சிகரெட் குடித்து முடிவுக்கு வந்தார்கள். தற்கொலை.

அவள் யார்? எதற்காகத் தற்கொலை செய்துகொண்டாள் அல்லது செய்யப்பட்டாள் என்பதை உங்கள் நிருபர் ஆராயலாம். அதற்கெல்லாம் விடை 'இருபத்து நான்கு ரூபாய் தீவு' என்கிற ஒரு கவிதைத் தொகுப்பில் இருக்கலாம். அழகான, வசீகரமான கவிதைகள். ஒரு பெண்ணை வருணிக்கும் கவிதைகள்.

செய்தியை டைப்செட்டிங்குக்கு அனுப்பினேன்.

4

அந்தச் செய்தி ஒரு மகா ஓரத்தில் சின்ன எழுத்தில் வெளியாகி இருந்தது. கோபிநாத்தின் பதில்களும், எமர்ஜென்ஸி நினைவுகளும், தேசாய் ஜனாதிபதி தேடுவது பற்றியுமான அட்டகாசமான செய்திகளுக்கு இடையே அந்தச் செய்தி புதைந்து போய்விட்டது. எனக்கு அந்த லதாங்கியைப் பற்றி மேலே விசாரிக்க அவகாசம் கிடைக்கும் என்று தோன்றவில்லை. ஒரு நிருபனின் வாழ்க்கை அப்படி. முதல் தின அவலங்கள் மறுதினம் மாறிவிடுகின்றன. நான் லதாங்கியைச் செவ்வனே மறந்துவிட்ட அந்த மறு தினத்தில் இரண்டு விஷயங்கள் நடந்ததால் அந்தப் பெண் மறுபடி என் ஞாபகத்துக்கு வந்தாள்.

மத்தியானம் டிபன் சாப்பிட்டுவிட்டு ஆபீஸ் திரும்பியபோது டி.வி.நாயர் 'உனக்கு ஒரு டெலிபோன் வன்னு' என்றான். 'யாராணு?' என்றேன். 'பெண் குட்டி' என்றான். அதற்குமேல் எனக்கு மலையாளம் வராது.

'என்ன விஷயமாம் நாயர்?' என்றேன்.

'நேற்றைக்கு ஒரு ஸுய்ஸைடைப் பத்தி எழுதியிருந்ததே அது யார்னு கேட்டுது. அந்த ரிப்போர்ட்டரை மீட் பண்ணிப் பேசணும்னுது. நான் போண்டா சாப்பிடப் போயிருக்கான் வரும்னேன்.'

'பேரு சொல்லலை?'

'இல்லா. குட்டி யாருன்னு உனக்குத் தெரியாது?'

'தெரியாது.'

நாயர் என்னைப் பார்த்த பார்வை, 'ஸ்திரீலோலா!' என்றது. நாயர் தொழிற்சங்க ஆசாமி. முதலாளியுடன் பேசியிருக்கிறான். முதலாளியை அவன் இவன் என்றுதான் பேசுவான்.

'இல்லை நாயர். அதுக்கும் ஒரு ராசி வேண்டும்' என்றேன்.

'ராசியில்லா! காசு!' என்றான். ஒரு நாள் நாயருடன் போய்த்தான் பார்க்கலாமே என்று தோன்றியது.

அந்தப் 'பெண்குட்டி' அதற்கப்புறம் டெலிபோன் செய்ய வில்லை. நான் ஆறரை மணிவரை அலுவலகத்தில்தான் இருந்தேன். எடிட்டர் கூப்பிட்டு, 'வேலூருக்குப் பக்கத்தில் ஒரு சாமியாரைப்பற்றி வார அனுபந்தத்துக்கு எழுதவேண்டும், உடனே போய்விட்டு வா' என்றார். அதற்காக அக்கவுண்ட்ஸ் டிபார்ட்மெண்ட்டுக்குப் போய் பணத்துக்கு ஏற்பாடு செய்து விட்டுத் திரும்பி அறைக்கு வந்தபோது நாயர் இல்லை. என் மேஜைமேல் ஒரு சிறிய காகிதத்தில் செய்தி எழுதியிருந்தது.

> 'உன் தங்கை டெலிபோன் செய்தாள். மிக அவசரமாய் வீட்டுக்கு வரவேண்டுமாம் - டி.வி.'

ஆட்டோவிலிருந்து இறங்கியபோது எனக்குத் திடுதிப்பென்று வியர்த்தது. வாசலில் கூட்டம். என் அம்மா நிலைப்படியில் உட்கார்ந்திருக்கிறாள் மூக்கைச் சிந்திக்கொண்டு. அவளருகில் வினோதா திகிலாகப் பார்த்துக்கொண்டு உட்கார்ந்திருக்க அக்கம் பக்கத்திலிருந்து பத்துப்பேர் சுற்றிலும் நிற்க, என்னைக் கண்டதும், 'உங்க மகன் வந்துட்டாரும்மா' என்று வழிவிட, நான், 'என்னம்மா?' என்றேன். 'உள்ளே போய்ப்பாரு.' என்றாள்.

என் வீட்டின் அமைப்பை இந்தச் சந்தர்ப்பத்தில் சொல்ல வேண்டும். எலக்டிரிக் டிரெய்னில் நீங்கள் செல்பவராக இருந் தால் கோடம்பாக்கத்துக்கும் சேத்துப்பட்டுக்கும் நடுவில் எங்கள் வீட்டை ஓர் அரை செகண்டு கீற்றலாகப் பார்க்கலாம். தென்னை மரங்களின் நடுவில் நெருப்புப்பெட்டி போல வீடு. ஜர்னலிஸ்ட் காலனி என்று நாங்கள் எல்லாம் கோ ஆபரேட்டிவ் இயக்கத்தின் மூலம் கடன் வாங்கிக் கட்டின வீடு. மழைநாட்களில் போட்

வேண்டும். வாசல் கதவைத் திறந்ததுமே உடனே ஹால். இடது பக்கம் ஒரு பெட்ரூம். நடுவாந்தரமாக ஒரு ரூம். அதை ஒட்டி ஒரு கிச்சன். உடனே புறக்கடை. ஆஸ்பெஸ்டாஸ் சரித்த ஒரு பாத்ரூம். கக்கூஸ் கிணறு பக்கம் கார்ப்பரேஷன் குழாய். நான் வீட்டில் நுழைந்ததும் இதுவா என் வீடு என்று தோன்றும்படி அப்படிக் கலைந்திருந்தது. சுவருடன் ஒட்டியிருந்த தாழ்ந்த அலமாரிக்குள் வைத்திருந்த அத்தனை நியூஸ்பேப்பர்களும் வெளியே கிடந்தன. எல்லாச் செருப்புகளும் சிதறிக் கிடந்தன. அலமாரிப் புத்தகங்கள் அத்தனையும் கிடந்தன. இங்க் சிதறி இருந்தது. பிரம்பு நாற்காலிமேல் போட்டிருந்த திண்டு கிழிந்து பஞ்சு பஞ்சாகக் காற்றில் பறந்துகொண்டிருந்தது. டிரான்சிஸ்டர் தரையில் கிடந்தது.

பெட்ரூமிலும் அதே ரணகளம். என் தங்கைகளின் ஸாரிகள் எல்லாம் சேர்ந்து ஒரு ஹோலிப் பண்டிகை. பவுடர், ஹேர் ஆயில்... செண்டு பாட்டில், பட்டுப் புடைவைகள், பிளாஸ்டிக் நகைகள்... துப்புரவாக ஓர் இடம் பாக்கியில்லாமல் வீடு கலைக்கப்பட்டிருந்தது.

'சமையலுள்ளே வந்து பாரு' என்றாள் அம்மா.

'என்னம்மா இதெல்லாம். எப்ப ஆச்சு!'

'எப்ப ஆச்சோ, ஆறரை மணிக்குத்தான் எனக்குத் தெரியும்!'

'வெளியிலே போயிருந்தியா?'

'ஆமா. இந்தக் கடன்காரி வெலிங்டன் டாக்கிஸ்லே இன்னிக்கே ஒழிஞ்சு போறது அந்த கண்றாவி சினிமா, போயே ஆகணும்னு ஒத்தைக் கால்லே நின்னா!'

'பாரேன்! பட்டப்பகல்லே! சுத்துப்பட்டவா எல்லாரும் இருந் திருக்கா! ஒருத்தராவது கவனிக்கலையே.'

எனக்கு அந்தக் கலைப்பில் இருந்த அவசரமும் அவமரியாதை யும் கொடுமையும் பயம் தந்தது.

'ஆனா ஒரு சாமான் திருட்டுப் போகலையே! பணம் அப்படியே இருக்கு. வெள்ளிப்பாத்திரம் அப்படியே இருக்கு. நகையெல் லாம் அப்படியே இருக்கு! இரும்பு பீரோவைக் கூடக் குடைஞ்சு திறந்திருக்கான். எஸ்.எஸ்.எல்.சி. சர்ட்டிபிகேட்டு, எல்.ஐ.ஸி.

பாலிஸி விட்டெறிஞ்சிருக்கான். எல்லாம் மூலைக்கு மூலை. ஒரு குன்றுமணிகூட திருட்டுப் போகலைடா!'

அவர்கள் திருட வரவில்லை.

'என்ன சார் இது அக்கிரமம். பகல் கொள்ளையா இருக்கு. நீங்க உடனே போலீஸ்லே ரிப்போர்ட்டு பண்ணுங்கோ சார்!'

'என் மாக்ஸி எல்லாம் பாழ் அண்ணா இங்க் கொட்டி! அப்புறம் டிரான்சிஸ்டர் பாடலை!'

யார் யார் யார் அவர்கள்! எதற்காக இந்த அலங்கோலம்...

'சுமதி எங்கே?'

'அவ இத்தனை சீக்கிரம் வீட்டுக்கு வந்திடுவாளோ! நான் ஒருத்திதானே காவல் காக்கணும். ஒரே ஒரு நாள் சினிமாவுக்குப் போனா இப்படி!'

'அவன் திருடத்தான் வந்திருக்கான் மாமி! பாத்துண்டே இருக்கிற போது நீங்க வந்துட்டீங்க போல இருக்கு. போட்டது போட்ட படி பின்பக்கமா ஓடியிருக்கான். போலீஸ்லே நாய் வெச்சுக் கண்டுபிடிச்சிடுவா!'

'வரேன், கதவைத் தொடறேன். வாயைப் பொளக்கிறது! என்னடா பூட்டு இது! பார்க்கறதுக்குத்தான் பெரிசா இருக்கு!'

'நீங்க ஒரு டோர் லாக் போட்டுடுங்க விஸ்வநாத்! அதான் எப்பவுமே சேஃப்.'

ஒவ்வொரு புத்தகமும் பிரிக்கப்பட்டு, கலைக்கப்பட்டு.

'அண்ணா, இந்த வீடே வேண்டாம். பேசாம வித்துட்டு...'

எனக்கு, என் தனிமை திடீர் என்று உறைத்தது. ஒரு வீட்டைப் பூட்டிச் சென்றால் அது பூட்டியே இருக்கும் என்ற சோஷியல் நம்பிக்கையுடன்தான் செல்கிறோம்! நான் வினோதாவைப் பார்த்தேன். பயம் வந்தது!

'வாங்க! மணி என்ன?' என்றார் அந்தப் போலீஸ் அவுட்போஸ்ட் ஹெட் கான்ஸ்டபிள்.

‘ஏழரைங்க.’

‘எனக்கு ரிலீஃப் வரணும். நைட் டூட்டிக்காரரு. என்ன கேஸு?’

சொன்னேன்.

‘என்னென்ன சாமான் காணாம போயிருக்குது?’

‘சாமான் ஒண்ணும் காணாமப் போகலிங்க.’

‘பின்னே?’

‘எல்லாம் கலைஞ்சு கிடந்தது. அவ்வளவுதான்.’

‘இதை ஒரு கேஸாக் கொண்டுவந்தீங்களா?’

‘இது ஒரு கேஸ் இல்லியா?’

‘இது என்ன கேஸுன்னு நான் எழுதிக்கிறது?’

‘ஹவுஸ் பிரேக்கிங்! பட்டப்பகல்லே ஒரு வீட்டின் பூட்டை உடைச்சு உள்ளே வந்து எல்லாச் சாமான்களையும் கவுத்து கந்தரகோளம் பண்ணி... இது குற்றமில்லையா?’

‘குற்றம்தாங்க! எந்த செக்ஸன்லே எடுத்துக்கறதுன்னு எதுக்கும் எங்க எஸ்.ஐ.யை ஒரு வார்த்தை கேட்டுக்கிட்டு எண்ட்ரி போட்டுக்கிடலாங்க. உட்காருங்க. பேர் என்ன சொன்னீங்க?’

மறுதினம் இதை என் ஆபீசில் எல்லோரிடமும் சொன்னேன். பெரும்பாலானவர்கள் திருடத்தான் வந்திருக்கிறான் என்றும் என் அம்மாவும் தங்கையும் வந்துடவே ஓடிப்போயிருக்க வேண்டும் என்றும் பொருள் எதுவும் திருட்டுப் போகாதது எங்கள் அதிர்ஷ்டம் என்றும்தான் சொன்னார்கள்.

அன்று மாலையே நான் பஸ் பிடித்து வேலூர் அருகில் இறங்கி ஒரு குகைக்குள் இருக்கும் சாமியாரைப் பேட்டி காணப் போயிருந்தேன்.

கிராம ஜனங்கள் பலபேர் மைல் கணக்கில் நடந்து வந்து, ‘தீராத வவுத்து வலி சாமீ, இது எப்ப எனக்குப் போகும்?’ என்றெல்லாம் கேள்விகள் கேட்டுக்கொண்டிருக்க ஒவ்வொருவருக்கும் நிதானமாகப் பதில் சொல்லிக்கொண்டு ஒரு ரூபாய் வாங்கிக் கொண்டிருந்தார். ‘அவர் சொல்றது பூரா பலிக்கிறதுங்க! காரியம் ஆகாதுன்னா பளிச்சுன்னு ஆகாது என்று சொல்லிடறாரு!’

இருட்டிலேயே பெரும்பாலும் இருந்து ஒரு கலர் வந்துவிட்டது சாமியாருக்கு. 'பேப்பர்க்காரர்களைப் பார்ப்பதில்லை' என்று சொல்லி அனுப்பினார். சொந்த விஷயமாக வந்திருக்கிறேன் என்றேன். சந்திக்க ஒப்புக்கொண்டார். அடர்த்தியாக ரோமம் படைத்து ஏதோ ஓர் உபதேவதையை உபாசித்து பச்சைக் கற்பூரம் மணக்கும் சாமியாரை என்ன கேட்பது?

'என் வீட்டில் திருட வந்தார்கள். ஒரு சாமான் காணாமல் போகவில்லை' என்று என் கேஸை விவரித்தேன்.

'அவர்கள் திருட வரவில்லை. தீ வைக்க வந்தார்கள்' என்றார் சாமியார். அடுத்த பஸ் பிடித்துத் திரும்ப வந்துவிட்டேன்.

மூன்று தினங்கள் அந்த அவுட்போஸ்ட் கான்ஸ்டபிள் எங்கள் வீட்டுக்கு நடையாக நடந்து கேள்விமேல் கேள்வியாகக் கேட்டார். காலை ஒரு நாய் கொண்டுவந்திருந்தார்களாம். அம்மாதான் சொன்னாள். 'அது துருத்தி மாதிரி மூச்சு விட்டுட்டு எல்லா இடத்தையும் மோந்து பார்த்துட்டு நேரா பத்மா கபேயிலே போய் நின்னுடுத்து... அவ்வளவுதான். அதுக்கு மேலே அதுக்கு மசால் தோசைதான் வாசனை ஞாபகமிருந்திருக்கும்!'

மூன்றாவது தினம் ஆபீசில் மறுபடி டெலிபோன் வந்தது. டி.வி. நாயர்தான் எடுத்து, 'அதே குட்டி' என்று என் கையில் கொடுத்தான்.

'ஹலோ!'

'நான்கு தினங்களுக்கு முன் மயிலாப்பூரில் ஒரு பெண்ணின் தற்கொலையைப் பற்றி எழுதின ரிப்போர்ட்டருடன் பேச வேண்டும்.'

'பேசுங்கள். நான்தான் அது.'

'ஓ! உங்கள் பெயர்?'

'விஸ்வநாத்.'

'மிஸ்டர் விஸ்வநாத். நான் உங்களைப் பார்க்கவேண்டும்.'

'நீங்கள் யார்?'

5

'என் பெயர் ரூபா. இறந்துபோன லதாங்கியின் தங்கை. நான் ஒரு ஏர்ஹோஸ்டஸ். உங்களை நான் எங்கே பார்க்க முடியும்?'

'உங்கள் வீடு எங்கே இருக்கிறது?'

'என் வீட்டுக்கு வரவேண்டாம் என நினைக்கிறேன். நிலைமை சரியில்லை. நான் உங்கள் வீட்டுக்கு வரலாமா?'

என் சிறிய குச்சில் டில்லி மோடாவில் ஒரு ஏர்ஹோஸ்டஸ் உட்கார்ந்திருக்க சுற்றிலும் அம்மா, லக்ஷ்மி, சுமதி, வினோதா, கொடியில் தொங்கும் பனியன்கள், சைக்கிள்...

'வேண்டாம். ஆறு மணிக்கு ஹிக்கின்பாதம்ஸ் அருகில் வாருங்கள். பார்க்கலாம்' என்றேன்.

'ஆறு மணிக்கா? எனக்கு ஃப்ளைட் இருக்கிறதே. சற்று முன்னால் முடியாதா?'

'என்ன பேசவேண்டும்?'

'என் அக்காவைப்பற்றி.'

'நாலரை மணிக்கு வர முடியுமா?'

'ஓ.கே. ஃபைன். ஹிக்கின்பாதம்ஸ்?'

நாயர் என்னைப் பார்த்து, 'சாயங்காலம் நாலரை மணிக்கு ஒண்ணுஞ் செய்ய முடியாது' என்றான்.

'பேசப் போகிறாள்.'

'நானும் வரவா?'

'வாயேன்.'

'எனக்கு ஃபேஸ் டு ஃபேஸ் எழுதணும். நீ போய்க் கொள்ளு. விஷமம் செய்யாதே...' என்றான்.

ஏர்ஹோஸ்டஸ்களுடன் அதிகப் பரிச்சயம் கிடையாது. மீனம்பாக்கத்தில் வெள்ளைக் குல்லாய்க்காரர்களுக்காகக் காத்திருக்கும்போது போயிங் விமானங்களிலிருந்து எல்லோரும் ஓய்ந்ததும் ஸில்க் புடைவை காற்றில் படபடக்க இறங்கும் அந்தக் கன்னிமார்களை தூரத்தில் இருந்தே பார்த்திருக்கிறேன். ப்ளேனில் நான் போனதில்லை. அவர்கள் ஆங்கில உச்சரிப்பும் தக்காளி நிற உதடுகளும் கோபம் கொண்ட தூக்கணாங் குருவி கட்டின கூடு போன்ற தலையலங்காரங்களும் எனக்குக் காதலை விட காபராவையே அதிகம் தந்திருக்கின்றன. இந்த ரூபா வித்தியாசமாக இருந்தாள்.

'உங்களைப் பார்த்தால் ஏர்ஹோஸ்டஸ் என்று சொல்லத் தோன்றவில்லை.'

'நான் இன்னும் மேக்கப் போட்டுக்கொள்ளவில்லை. அதற் கென்று தனி வேஷம் இருக்கிறது. சொல்லித் தந்திருக்கிறார்கள்.'

நல்ல நிறமாக இருந்தாள். அப்பழுக்கில்லாத முகம். ஏதோ ஒரு ஹிந்தி நடிகையைப் போல் இருக்கிறாள் என்று பட்டது. பேர் சட்டென்று ஞாபகம் வரவில்லை. அசோக் குமாரின் பெண்ணாக வந்திருக்கிறாளே? உயரமான ஆசாமியுடன் காதல் பண்ணு கிறாளே? அவள்போல் இருந்தாள்.

'காபி? டீ?'

'மாறுதலுக்கு என்னை ஒருவர் காபி டீ என்று கேட்பது இதுதான் முதல் தடவை.'

'ஏன்?'

'ப்ளேனில் இதுதானே என் வேலை, காபி? டீ?'

'என்னைக் கேட்டால் என்ன சொல்வேன் தெரியுமா?'

'என்ன?'

'கேட்டுப் பாருங்கள்.'

'காபி? டீ?'

'நீ!'

'க்ளெவர். எவ்வளவு நாட்களாக யோசித்து வைத்திருக்கிறீர்கள்?'

'உங்கள் அக்கா...'

அவள் முகம் திடீரென்று சுருங்கியது.

'புவர் கேர்ள்! ஆனால் அவள் நிச்சயம் தற்கொலை செய்து கொள்ளவில்லை. போலீஸ்காரர்கள் அப்படித்தான் அழுத்தம் திருத்தமாகச் சொன்னார்கள். இருந்தும் எனக்கு அப்படித் தோன்றவில்லை.'

'எனக்கும். நான்தான் உடலை முதலில் பார்த்துப் போலீசுக்குப் போன் செய்தேன்.'

'எனக்கென்னவோ யாராவது அவளைக் கொன்றிருக்கிறார்கள் என்றுதான் படுகிறது.'

'உங்கள் அக்காவைப் பற்றி எனக்கு ஒரு அட்சரம் தெரியாது.'

'எனக்கும் ஏறக்குறைய அப்படித்தான்.'

'புரியவில்லை.'

'லதாங்கி ரொம்ப இன்டிபென்டண்ட். நாங்கள் ரொம்ப புவர் ஃபேமிலி. என் அம்மா சின்னப் பெண்களுக்கு பரதநாட்டியம் சொல்லித் தந்து சம்பாதித்து எங்களை வளர்த்தாள். 1940-களில் அவள் பிரபல நடிகை. ஜெமினி படங்களில் எல்லாம் அவள் டான்ஸ் நம்பர் ஒன்னா இருக்கும். நாங்கள் மூணு சிஸ்டர்ஸ். மூத்தவள் பாண்டிச்சேரியில் கல்யாணம் பண்ணிக் கொண்டிருக் கிறாள். அடுத்ததுதான் லதா. தனியாகப் போய்விட்டாள். பரதநாட்டியம் எல்லாம் கற்றுக்கொண்டாள். சினிமாவுக்கு

அலையாக அலைந்தாள். நல்ல ஃபிகர். நல்ல வாய்ஸ். சினிமாவிலே ஆரம்பிச்சு வேறு எங்கேயோ போய்ட்டா. நிறையவே சம்பாதிச்சா. சம்பாத்தியம்தான் முக்கியம்னா பெண்கள், அதுவும் கொஞ்சம் சுமாரா 'பாடி' இருக்கிற பெண்கள் நிறைய சம்பாதிக்கலாம். எனக்குப் பிடிக்கவே இல்லை. அக்காகூடச் சண்டை பிடித்துக்கொண்டு வெளியேறிட்டேன். என் அம்மாவும் என்கூட வந்துட்டா. இரண்டு வருஷமா அவளோட காண்டாக்டே இல்லாம போய்டுச்சு. அப்புறம் இந்த நியூஸ். ஷாக்கிங் நியூஸ். அம்மா மூணு நாளா சாப்பிடலை. அப்புறம் அந்த நியூஸ் அய்ட்டம் பார்த்தேன். ஸூயிஸைடா... இல்லியான்னு கொஞ்சம் சந்தேகம் தெரிய நீங்க எழுதி யிருந்தீங்க. அப்பவே உங்களை காண்டாக்ட் பண்ணலாம்னு பார்த்தேன். மறுநாள் ரொம்ப ஹெக்டிக்கா இருந்தது. பாடியை ஜி.எச்.சிலிருந்து க்ளேய்ம் பண்ணி வண்டி எடுத்துட்டுப் போய் எரிச்சு... டெர்ரிபிள்! லதா ரொம்ப சியர்ஃபுல் கேர்ள். அவளை யாரோ தீத்துக்கட்டி இருக்கிறாங்க. அது தற்கொலை இல்லை. எனக்கு நல்லாத் தெரியுது. இதைப் பத்தி நீங்க என்ன நினைக் கிறீங்க.'

'எனக்கு உங்க அக்கா இறந்துபோனதைப் பற்றி ஆழமா விசாரித்து எழுதலாம்னு அன்றைய தேதி ஒரு ஆசை இருந்தது. மறுநாளே நான் உங்க அக்காவை மறந்துட்டேன். எங்களுக்கு கொலை தற்கொலை எல்லாம் சகஜம்.'

'நீங்க மேலே விசாரிக்கப்போறதில்லையா?'

'அதுக்கெல்லாம் எனக்கு நேரமில்லை. போலீஸ்காரங்க தீரத்தான் விசாரிப்பாங்க. நான்கூட மறுநாள் ஸ்டேஷனுக்குப் போன போது கயிற்றிலே பாடி தொங்கிட்டிருந்ததாகவும் பக்கத்திலே கடுதாசி எழுதி வச்சிருந்ததாகவும் சொன்னாங்க.'

'அதெல்லாம் பொய். நான் அந்தக் கடுதாசியைப் பார்த்தேன். அது அவள் எழுத்து மாதிரி இல்லை. காகிதப் பென்சிலிலே தலையும் இல்லாத வாலும் இல்லாத ஒரு கடுதாசி.'

'பார்க்கலாம்.'

'நான் உங்களிடம் வந்தது வேறு விஷயத்துக்காக.'

'என்ன?'

'அந்த டயரி.'

'எந்த டயரி?'

'24 ரூபாய் தீவு. அது என் அக்காவுடைய டயரி. அதை நீங்கள் திருப்பிக் கொடுத்தாகவேண்டும். அது எனக்கு வேணும்.'

என் எதிரே விமானப் பெண் ஒருத்தி உட்கார்ந்து கொண்டு இல்லாததைக் கொடு என்று கேட்க, நான் அவளை நேர்ப்பார்வை பார்த்துத் திகைத்தேன்.

'என்னிடம் அந்த டயரி இருப்பதாக யார் சொன்னார்கள்?'

'19-ம் தேதி பேப்பரில் வந்திருந்த அந்தச் சிறிய பாரா. அதிலிருந்து உங்களிடம் அந்த டயரி இருக்கிறது என்று தெரிந்தது.'

'அது என்னிடம் இல்லை.'

'இல்லையா?' திடுக்கிட்டாள். 'பின் எங்கே அது?'

'என்னிடம் இருந்தது. தொலைந்து போய்விட்டது. அன்றிரவு திரும்பி வந்தபோது காணாமற் போய்விட்டது.'

'பொய். நீங்கள் டயரியை வைத்துக்கொள்ளப் பொய் சொல் கிறீர்கள்?'

எனக்குக் கோபம் வந்தது. 'முன்பின் தெரியாத ஒரு பெண்ணிடம் அக்கறையாகப் பொய் சொல்லவேண்டிய அவசியம் எனக்குக் கிடையாது. உன் அக்காவைப் பற்றி நான் மறந்துபோய் சில தினங்கள் ஆகிவிட்டன. அவள் டயரி என்னிடம் இருந்தால் மனமுவந்து உனக்குக் கொடுத்திருப்பேன். தொலைத்து விட்டேன்.'

'அய்யய்யோ' உதட்டைக் கடித்துக் கொண்டாள். சுருக்கென்று அங்கே சிவப்பானது. 'அந்த டயரி எனக்கு நிச்சயம் வேண்டுமே?'

'எதற்கு?'

'அதில் எழுதியிருந்ததை நீங்கள் படித்தீர்களா?'

'கவிதைகள் போல எழுதியிருந்தது. நான் சரியாகப் படிக்க வில்லை. அவகாசமில்லை. சுமார் நூறு பக்கம் எழுதி இருந்தது. ஒன்றிரண்டு கவிதைகள் பார்த்தேன். 24 ரூபாய் தீவு என்ற

வினோதமான வாசகம் மனதில் தங்கியது. அதற்கப்புறம் டாக்சியில் போய்விட்டது. நீ படித்திருக்கிறாயா?'

'நான் கண்ணால்கூட அதைப் பார்த்ததில்லை. அப்படி ஒரு டயரி இருப்பதே எனக்கு 3 நாட்களாகத்தான் தெரியும். என் அக்கா வினோதமான காரியங்கள் செய்தாள். வினோதமான சினேகிதர்களை வைத்துக்கொண்டிருந்தாள். மூன்று தினங்களாக ஓர் ஆசாமி என்னையும் அம்மாவையும் மாற்றி மாற்றி உயிரை வாங்குகிறான். எப்படியாவது அவனுக்கு அந்த டயரி வேண்டுமாம். அதற்காக அவன் எத்தனை பணம் வேண்டுமானாலும் தருகிறானாம்.'

'எதற்கு என்று கேட்டீர்களா?'

'ம். அதில் இருக்கும் கவிதைகள் எல்லாம் அவன் எழுதினதாம். அவனுக்கும் என் அக்காவுக்கும் பிரத்தியேகமாக ஒரு பிணைப்பு இருந்ததாம். அந்தப் பிணைப்பில் எழுதிய கவிதைகளாம் அவை. சின்னப் பையன். இளைஞன். சங்கோஜி. வெட்கப்பட்டுக் கொண்டு வெளியில் நிற்கிறான். கூப்பிடட்டுமா?'

'கூப்பிடுங்கள்.'

உள்ளே வந்து உட்கார்ந்த இளைஞனுக்கு இருபது வயதுதான் இருக்கும். தலைமயிரை நடு வகிடு எடுத்திருந்தான். மீசையும் சொற்ப தாடியும் வைத்திருந்தான். கண்களில் ஒரு அடிபட்ட தன்மை தெரிந்தது. உதடுகள் ரோஜா நிறத்தில் இருக்க வேண்டியவை, சிகரெட் அல்லது வேறு ஏதோ சமாசாரத்தினால் கருஞ்சிவப்பாக இருந்தன. கரிய நிறத்தில் பூப்போட்ட ஜிப்பா, தோளில் ஜோல்னாப்பை. அதில் எந்த நேரமும் கையை விட்டுக் கவிதைகள் எடுத்து வாசித்துக்காட்டுவான் போலிருந்தான்.

'வணக்கம்' என்றான்.

'விஸ்வநாத் இஸ் மை நேம்' என்றேன்.

'என் பெயர் கவிதைப் பித்தன் கனல்'

'அப்பா அம்மா வைத்த பேரே அதுதானா?'

சிரித்தான். அதைச் சொல்ல விரும்பவில்லை போலும். அந்தப் பெண்ணைக் கவலையுடன் பார்த்தான்.

'என்ன கிடைத்ததா?'

'இல்லை. இவரிடம் இருந்ததாம். தொலைந்துவிட்டதாம்.'

அவன் என்னைப் பரிதாபமாகப் பார்த்து, 'அப்படியா?' என்றான்.

'ஸாரி. டாக்ஸியில் விட்டுவிட்டேன்.'

'எண், எதுவும் ஞாபகமில்லையோ?'

'ம்ஹூம்.'

'சே. என் அதிஷ்டம் மட்டமானது' என்று அலுத்துக்கொண்டான். அவன் மூக்கு நுனி துடித்தது.

'அந்த டயரியில் கவிதைகள் நிறையப் பார்த்தேன்.'

'அத்தனையும் நான் எழுதியவை.'

'சில வரிகள் பிரமாதமாக இருந்தன.'

'இனி எப்படி அந்த வரிகள் கிடைக்கும்?'

'மறுபடி எழுதிவிடுங்களேன். நீங்கள்தான் கவிஞராயிற்றே?'

'எழுத முடியுமா? எழுதமுடியுமா? எழுத முடியுமா? அவள் வேண்டும். லதா வேண்டும். அவள் இல்லையே!'

'யூ மீன்... எதிர்த்தாற்போல் யாராவது பெண் பிள்ளை இருந்தால் தான் உங்களுக்குப் பேனா ஓடுமா?'

'யாராவது பெண் பிள்ளையா! லதா என் காதலி. நான் உயிர் வாழ்ந்ததே அவளுக்காகத்தான். ஓ, என் இனியவளே!'

'கவிதை எழுதப்போகிறீர்களா?'

அவன் கனியாமல் நிஷ்டையில் ஆழ்ந்தான்.

'24 ரூபாய் தீவு என்றால் என்ன?' என்றேன்.

'24 ரூபாய்?'

'தீவு?'

'ஏன்?'

'அந்த டயரியில் முதல் பக்கத்தில் எழுதியிருந்தது.'

'ஓ அதுவா... அது... அது...' சற்று யோசித்துத் தயங்கினான். 'அதை நான் உங்களிடம் சொல்ல விரும்பவில்லை. இறந்த என் அருமைக் காதலியின் நினைவுக்காக என்னுள் அந்த ரகசியம் புதைந்திருக்கட்டும்!'

அவன் வாசகங்களில் செயற்கைத்தனம் தென்பட்டது. வேறு ஒன்றும் இந்தக் காதல்வசப்பட்ட இளைஞனிடம் பேசமுடியாது என்று தோன்றியது. 'வெல்! நைஸ் மீட்டிங் யூ' என்றேன். அவளைப் பார்த்து... 'எனக்கு எப்போதாவது ஏரோபிளேனில் போகும் பாக்கியம் ஏற்பட்டால் உங்களை மறுபடி சந்திக்கிறேன்!'

'அதற்குள் அந்த டயரியைப் பற்றி ஏதாவது தகவல் கிடைத்தால் உடனே எனக்குச் சொல்லுங்கள். என் டெலிபோன் நம்பர் 662187.'

'662187' பஸ் டிக்கட்டில் நம்பரைக் குறித்து வைத்துக் கொண்டேன். 'பெயர் என்ன சொன்னீர்கள்?'

'ரூபா என்றுதான் கூப்பிடுவார்கள். என் முழுப்பெயர் ந்ரூபாங்கி ட்ரை தட்...'

அவள் சென்று ஐந்து நிமிஷம் ஆகியும் நான் ந்ரூபாங்கி என்கிற பெயரை உச்சரிக்கப் பிரயத்தனப்பட்டுக்கொண்டிருந்தேன்.

6

திரும்ப ஆபீசுக்குள் நடக்கும்போது மாலைப் பேப்பர்கள் உயரமான எழுத்துக்களில் 'கோபிநாத்தின் புதிய கட்சி' என்று கேள்விக்குறியுடன் கேட்டன. வெலிங்டன் கொட்டகையில் படம் மாறியிருந்தது. பச்சை விளக்குக்காக நின்று தவித்துக் கடந்த ஓர் இன்ச் கண்ணாடிக்குப் பின் இருக்கும் நகைகளில் ஒன்றை என் தங்கைக்கு மனசுக்குள் போட்டுப் பார்த்துவிட்டு ஆபீசுக்குப் போனேன். மனத்தில் அல்லாடிய சங்கடத்தைக் குறிப்பாகப் பிடிக்க முடியவில்லை. நிதானமாக யோசித்துப் பார்த்ததில் அந்தச் சங்கடத்தில் மூன்று சமாசாரங்கள் கலந் திருந்தன என்பதை உணர்ந்தேன். 1. அந்த ரூபாவின் அப்பழுக் கற்ற உடல் அழகு. 2. என் வீட்டில் கலைக்கப்பட்ட சாமான்கள். 3. என் இரண்டாவது தங்கையைப் பற்றிய கவலை.

நடந்து செல்கையிலேயே திடீரென்று ஒரு ஐடியா தோன்றியது. நாளைய செய்தித்தாளிலிருந்து தினம் அதே பக்கத்தில் அதே ஓரத்தில் இந்த லதாங்கியின் தற்கொலை பற்றி அடுத்தடுத்து எனக்கு ஏற்படும் அனுபவங்களைப் பற்றி ஒரு சின்னப் பாரா எழுத வேண்டியது என்று சீஃபிடம் ஒரு வார்த்தை சொன்னால் அவர் மறுக்க மாட்டார். இந்த மாதிரி ஃபில்லர்கள் எல்லாம் அடிக்கடி தேவைப்படும். மேலும் இந்த மாதிரி சின்னச் சின்னச் செய்தி களைப் படித்துவிட்டு அதைப் பற்றி 'டியர் சார்!' என்று ஆரம்பித்து ஆசிரியருக்குக் கடிதம் எழுதுவதற்கு ஒரு கோஷ்டியே

இருக்கிறது. செங்கல்பட்டில் டாக்டர் ராமவிசுவநாதன் என்கிற ஒருவர் இப்படித்தான் முணுக்கென்றால் கடிதம் எழுதிவிடுவார்.

மூன்றாவது மாடிக்கு ஓட்டை லிஃப்டுக்காகக் காத்திருக்கும் போதே செய்தி உருவாகியது.

'24 ரூபாய் தீவு இரண்டு: சென்னை ஜூன் 23. லதாங்கி இறந்ததில் மிகவும் சந்தோஷப்பட்டவர்கள் பலர் இருக்கலாம். ஆனால் அதற்கு நிச்சயம் வருத்தப்பட்டுக் கண்ணீர் உகுத்த ஒரு கவிஞரை இன்று உங்கள் நிருபர் சந்தித்தார். பக்கம் பக்கமாக அவளைப் பற்றிச் சந்தக் கவிதைகள் எழுதியவர்... இளைஞர்... ஒரு ராத்திரி முழுவதும் அவளை வருணித்த கவிதைகள் காணாமற் போய் விட்டன! அந்தோ... லதாங்கிக்கு ஒரு தங்கை இருக்கிறாள். பெயர் ந்ரூபாங்கி. ந்ரூபாங்கிக்கும் அந்த டயரி தேவைப்படு கிறது. இன்னும் எத்தனை பேருக்கோ!'

வீட்டுக்கு வந்ததும் வினு, 'அண்ணா, உன்னைப் பார்க்க ஒரு மாமா வந்து ரொம்ப நாழி காத்திருந்துவிட்டு இப்பதான் போனார்!'

'சரி' என்றேன்.

'வந்தால் இருக்கச் சொன்னார். பதினைந்து நிமிஷத்தில் வருகிறேன் என்று சொன்னார்.'

'சரி.'

'அப்புறம் போலீஸ்காரர் வந்திருந்தார். பெரிய தொப்பியோட, தோளிலே நட்சத்திரத்தோட ஜீப்பிலே ஒரு ஆபீசர். என் பேர் என்னன்னு விசாரித்தார்.'

'சரி.'

'என்ன, இன்னிக்குச் சரி சரி சரின்னே ஜகா வாங்கறியே, சிகரெட் புடிச்சியா?' என் அருகில் வந்து என்னை மோந்து பார்த்துவிட்டு, 'ம்ஹூம், இல்லையே' என்றாள். 'அண்ணா, நான் ஃப்ளேர் பாண்ட்ஸ் போட்டுக்கட்டுமா?' என்றாள். அவளைப் பார்த்தேன். ஏறக்குறைய என் உயரம் இப்போதே வளர்ந்துவிட்டாள். நாகப்பாம்பு போலப் பளபளக்கும் கறுப்பில் அழுந்த வாரித் தொங்கியது முன்பக்கப் பின்னல்.

'அம்மா என்ன சொல்றா?'

'அம்மாவா? கழுத்திலே ஒரு இன்ச்சு கட் இறங்கக்கூடாதுங்கறா! சரியான மடிசஞ்சி!'

'வினு, ட்ரெஸ்ஸைப் பத்திக் கவலைப்படாம படிப்பைப் பத்திப் பேசேன்!'

'என் ஃப்ரெண்ட்ஸ் எல்லோரும் போட்டுண்டிருக்கா. இதோ இவர்தான் வந்திருந்தார்.'

நமஸ்காரம் என்றார். அவரை எனக்கு முன்பின் தெரியாது. நாற்பது வயதிருக்கும். காதில் மட்டும் கொஞ்சம் ரோமம் இருந்தது. புருவத்தில் அடர்த்தியாக இருந்தது. தலையில் காணோம். ஸ்ட்ரீட் லைட் அங்கே பளிச்சிட்டது. அத்தனை வழுக்கை. சிரித்த பற்கள் ஒழுங்காக இருந்தன. மிகமிக ஒழுங்காக இருந்தன. பல்செட். கழுத்தில் ஓர் உலோகச் சங்கிலி, குடை. பைக்குள்ளிலிருந்து ஒரு ரசீது புஸ்தகத்தை எடுத்து ஆடுகோடி சுப்ரமண்ய தேவஸ்தானத்தில் சம்ப்ரோக்ஷணம் என்று ஏதாவது கேட்பார் என எதிர்பார்த்தேன். இல்லை.

'விஸ்வநாதன்தானே நீ?'

'ஆம்.'

'நிருபன்.'

'ஆம்.'

'பொண்ணே, கொஞ்சம் தூத்தம் கொண்டு வாயேன்.'

'தூத்தமா?' என்றாள் வினு.

'தண்ணி!'

வினோதா சென்றதும் அவர் சுற்றிலும் பார்த்து... 'உங்களுக்கு ஏகப்பட்ட அதிர்ஷ்டம் வந்திருக்கு' என்றார்.

'அப்படியா?'

'எத்தனை ரூபா வேணும், கேளுங்கோ?'

'எதுக்கு?'

‘அந்த நோட்டாமே? ஏதோ கவிதை நோட்டாமே.’

மற்றொரு கஸ்டமர்! எனக்கு சுவாரஸ்யம் ஏற்பட்டது.

‘பார்ட்டி யாரு?’ என்றேன்.

‘பிஸினஸ்மேன். டிம்பர்.’

‘டிம்பர்லே இருக்கிறவர்க்கு கவிதையிலே என்ன இண்டரஸ்ட்?’

‘அது என்ன எழவோ, அந்தப் புஸ்தகத்தை நீங்க வெச்சுக்கப் படாது, கொடுத்துடுங்கோ! நல்ல விலைக்குப் போகும்.’ அவர் தன் பையிலிருந்து சலவை நூறு ரூபாய் நோட்டுக் கற்றை ஒன்றை எடுத்து, கட்டை விரலில் எச்சில் தொட்டு பத்து எண்ணி அதன் கழுத்தைத் திருகி முறித்து விடுவித்தார்.

‘பாங்க்கிலே வேலை செய்கிறீர்களோ?’ என்றேன்.

‘ஏன்?’

‘அங்கேதான் இப்படி நோட்டை அலட்சியமாய்ப் பிய்ப்பார்கள்.’

‘எனக்கு மணின்னாலே வெறுப்பு.’

‘எனக்குக்கூட வேண்டாம். வெச்சுக்கங்க.’

‘ஏன், போறாதா இது? அட்வான்ஸ்!’

‘என்கிட்டே அந்தப் புஸ்தகம் இல்லையே?’

‘இல்லியா? பின்னே இருக்கு, வாங்கிண்டு வான்னு சொன்னா?’

‘யார் சொன்னா?’

‘பார்ட்டி.’

‘ஓய்! உம்ம பார்ட்டிக்கு இந்த மாதிரி மொடமொடன்னு நூறு ரூபா நோட்டை டிராமா நோட்டீஸ் மாதிரி வினியோகம் பண்றது தவிர வேறு வேலை இல்லைன்னா சிந்தாதிரிப்பேட்டையிலே எங்கேயாவது ஏழைப்பசங்க பள்ளிக்கூடத்திலே கொடுக்கச் சொல்லுங்கள்.’

‘பணத்தை எப்படிச் செலவழிக்கிறதுன்னு அவாளுக்கு நன்னா தெரியும். இப்ப உமக்கு ரூபா வேணுமா வேண்டாமா?’

'வேண்டாம் சுவாமி. ஆளை விடும்.'

'பாருங்கம்மா. வர மஹாலட்சுமியை வேண்டாம்கறார்...'

'என்னடா?' என்றாள் அம்மா. வினோதா கையில் தண்ணீர் டம்ளருடன் பிரமித்து நின்றுகொண்டிருந்தாள்.

'நீ போம்மா உள்ளே. அப்புறம் விவரமா சொல்றேன்.'

'அப்ப ஷ்யூரா வேண்டாம்?'

'வேண்டாம். ஏன்னா என்கிட்டே நீங்க கேட்கறது இல்லை.'

'பொய் சொல்லக்கூடாது. பொய் சொல்றது உடம்புக்கு ஆகாது! சொல்லிட்டேன்.'

'பயமுறுத்தறீரா? பல்லைப் பேத்துடுவேன்! மரியாதையாக் கொடையை எடுத்துக்கிட்டுக் கிளம்பும்.'

'இப்பவே சொல்லிட்டேன், அந்தப் பார்ட்டி எவ்வளவு தூரம் வேணுமானாலும் போவா.'

'உமக்கு ஏதாவது கமிஷன் கிடைக்கிறதா மாமா?' என்றேன். அவர் மிகவும் வெறுப்புடன் என்னை முறைத்துவிட்டு, தலையில் கர்ச்சீப் ஒற்றிக்கொண்டே சென்றார்.

'என்னடா இதெல்லாம்?'

'என்கிட்டே இல்லாததைக் கொண்டான்னு ஒரு கோஷ்டியே அலையறதும்மா.'

'முள்ளங்கிப் பத்தை மாதிரி நோட்டு புரள்றதே.'

'பணம் கொடுக்கறேன், ஒரு புஸ்தகம் கொடுங்கறான். அது என்கிட்டே இருந்தாத்தானே?'

'என்னவோ ஒண்ணும் நன்னால்லை. அன்னிக்கு, வீட்டிலே கொள்ளையடிக்க வந்தா. இன்னிக்கு இல்லாததைக் கொண்டா, கல்லாததைப் பாடுன்னு யாரோ? கொண்டு வைடி டம்ளரை.'

வினு உள்ளே செல்ல அம்மா, 'இந்த மாதிரி நெளிஞ்சிண்டு நடக்காதேன்னு எத்தனை தடவை சொல்லியிருக்கேன்?' என்றாள்.

வினு அலுப்புடன், 'உனக்கு நின்னா குற்றம், நடந்தா குற்றம்மா' என்றாள்.

'சுமதியைக் கூப்பிடு' என்றேன்.

'அவ எங்கே இவ்வளவு சீக்கிரம் வரா?'

என் அறைக்குச் சென்று நனைந்த சட்டையைக் கழற்றி பனியன் மாற்றிக்கொண்டு பாத்ரூமுக்குச் சென்று ஏறக்குறைய குளித்து விட்டு, சாப்பிட்டுவிட்டு இன்று தீர்மானமாக சுமதியுடன் ஒன்றில்லை ஒன்று பேசிவிடவேண்டும் என்று நினைத்துக் கொண்டேன். நான்தானே குடும்பத் தலைவன்? என் சம்பளம் தானே முழுவதும் பயன்படுகிறது? லக்ஷ்மி இருநூறு ரூபாய்தான் கொடுக்கிறாள். பாக்கியைச் சேர்த்து வைக்கிறாள். அவள் கல்யாணத்துக்கு எவர்சில்வர், எலக்ட்ரிக் சாமான்களாகச் சேர்த்துக்கொண்டிருக்கிறாள். புடைவைச்சீட்டு, பாத்திரச்சீட்டு என்று அம்மாவும் பெண்ணும் ரகளை பண்ணுகிறார்கள். சாஸ்திரிகள் ஜாதகமாக அடுக்குகிறார். லக்ஷ்மிக்கு வயசாகிக் கொண்டு வருகிறது. இன்னும் இரண்டு வருஷமானால் அவளுக்குக் கல்யாணம் பண்ணுவது ஏறுக்குறைய அசாத்தியமாகிவிடும். லக்ஷ்மிக்கு ஏன் இன்னும் கல்யாணம் ஆகவில்லை என்று எனக்குச் சொல்லத் தெரியவில்லை. படிக்க ஆசைப்பட்டாள், படித்தாள். வேலை செய்ய ஆசைப்பட்டாள், காத்திருந்தாள், வேலைக்குப் போனாள். வருஷம் வருஷமாக ஒத்திப்போட்டுக் கொண்டேபோய் இப்போது வயது குறுக்கிடுகிறது. 32 வயதில் பையன்கள் பார்க்க வேண்டியிருக்கிறது. பார்த்தால் அவர்கள் கேட்கும் முதல் கேள்வி 'பெண்ணுக்கு இதுவரைக்கும் ஏன் கல்யாணம் ஆகலை?' அதே கேள்வியை அவர்களிடம் கேட்கப் போய் இரண்டு மூன்று இடம் தவறிவிட்டது.

சுமதி வந்தபோது நான் வாசலில் மூங்கில் நாற்காலியில் உட்கார்ந்திருந்தேன். சுமதி வரும்போதே ஒரு வாசனை. எங்கிருந்துதான் இந்த சென்ட் எல்லாம் கிடைக்கிறதோ!

'சாப்பிட்டுவிட்டு வா. உன்னுடன் இன்றைக்கு நிறையப் பேச வேண்டும்' என்றேன்.

'நான் சாப்பிட்டாச்சு' என்றாள். 'ட்ரெஸ் மாற்றிக்கொண்டு தூங்கப் போகிறேன், என்ன விஷயம் சொல்லு.'

'நீ யாருடனோ?'

'இத பார். நாளைக்குச் சாயங்காலம் அந்தப் பையனையே கூட்டிக் கொண்டு வந்து காட்டிடறேன். நீ அவனையே கேட்டுக்கோ. சரிதானே?' என்று சொல்லிவிட்டு உள்ளே சென்றாள்.

எனக்குக் கோபம் வந்தது. இதுவரை நான் கேட்டது எல்லாம் வதந்தி என்றுதான் நினைத்துக்கொண்டிருந்தேன். அவள் அவ்வளவு அப்பட்டமாகச் சொன்னது எனக்குப் பிடிக்கவில்லை. உடம்பு பதறியது. சிகரெட் பிடிக்கவேண்டும் போலிருந்தது. எப்போதாவதுதான் பிடிப்பேன். பழக்கம் கிடையாது.

தெருக்கோடியில் இருந்த பெட்டிக்கடைக்கு வந்து ஒரு ஃபில்டர் சிகரெட் வாங்கிப் பற்றவைத்துக்கொண்டு மெதுவாக நடந்தேன். நாற்காலிகள் எல்லாம் கவிழ்த்து அடுக்கிவைத்து ஹோட்டலை அலம்பிக்கொண்டிருந்தார்கள். 1, 2, 3, 4, 5 என்று எண்ணிட்டிருந்த பலகைகளைச் சேர்த்து காக்கா கடையை மூடிக்கொண்டிருந் தான். சந்தடி அடங்கி நான் நடக்கும் சப்தம் எனக்கே கேட்டது.

'விஸ்வநாதா!' என்று யாரோ கூப்பிட நான் சுற்றிலும் பார்த்தேன். யாரது?

'இங்கே பார்.'

இந்தப் பக்கம் பார்த்தேன். இருட்டு. சப்தம் வந்த திக்கில் நான் திரும்புவதற்குள் என்னை இரண்டு கைகளையும் பிடித்துத் தரதரவென்று அழைத்துச் சென்று ஒரு டாக்ஸிக்குள் அடைத்தார்கள்.

7

அவர்கள் என்னைச் செல்லமாகப் பலவந்தம் செய்து காரின் அருகில் தள்ளிக்கொண்டு சென்றார்கள். காருக்குள் விளக்கு எரிந்துகொண்டிருந்தது. ஓர் ஆசாமி காய்ந்த இலைப் பொட்டலத்திலிருந்து தூள் பக்கோடா சாப்பிட்டுக் கொண்டிருந்தான்.

அதை மென்றுகொண்டே, 'விடுடா அவரை! எதுக்காகடா இழுத்து வறீங்க! வாங்கய்யா விஸ்வநாத். உக்காருங்க!' என்று தன் சீட் அருகில் தட்டினான்.

'என்னய்யா இதெல்லாம்?' என்று அதட்டலாகவே கேட்க முயன்றேன். காருக்குள் என்னைத் திணிக்க முயன்றார்கள். விலா எலும்பில் வலித்தது. 'விடு, விடு' என்று சப்தமிட்டேன். தெரு நாய் வந்து வேகமாக வாலை ஆட்டிக்கொண்டு காருக்குள் ஆர்வத்துடன் பார்த்தது.

'உக்காருங்க விஸ்வநாத்! இந்தப் பயலுக எழுதப் படிக்கத் தெரியாதவனுக. ரஃபா இருப்பானுக! உங்களை ஒண்ணும் செஞ்சுட மாட்டோம். அந்த டயரியை மட்டும் கொடுத்துடுங்க!'

மறுபடி அந்த டயரியா!

'ஏன்யா எல்லோரும் சேர்ந்துகொண்டு என் பிராணனை வாங்கறீங்க. டயரி என்கிட்ட இல்லைன்னா ஒருத்தரும் நம்ப மாட்டேங்கறீங்க.'

‘ஒருத்தரும் நம்பமாட்டாங்க. ம்ஹூம்.’

‘அதுக்கு நான் என்ன செய்யறது?’

‘டயரியைக் கொடுத்துடுங்க.’

‘எங்கேருந்து கொடுக்கறது. வேணும்னா ஒரு டயரி எழுதிக் கொடுத்துடட்டுமா?’

‘சிரிப்பாய்ப் பேசறாருடா நம்ம நிருபர்!’ பட் என்று என் பிடரியில் ஒரு ஆள் தட்டி, ‘சிரிப்பாய்ப் பேசாதேடா அறிவு கெட்ட முண்டமே’ என்றான்.

அவனை மிகுந்த ஆக்ரோஷத்துடன் பார்த்தேன்! ‘அவரை அடிக்காதடான்னு எத்தனை தடவை சொல்றது!’ என்றான் நடுநாயகன். அவன் குடித்திருக்கிறான் என்பதை அவன் கண் கலக்கத்திலிருந்தும் காரின் பின் கண்ணாடிக்குக்கீழ் தெரிந்த பீட்டர் ஸ்காட் பாட்டிலினாலும் தெரிந்துகொண்டேன். எனக்கு இந்த நாடகம் அடி வயிற்றில் புரட்டியது.

‘சார், நீங்க யாருன்னு தெரியாது. என்கிட்ட அந்த டயரி கிடையாது. அது தொலைஞ்சு போயிட்டுது... டாக்ஸியிலே போயிட்டுது... நம்புங்க!’

‘அந்த டயரியை வெச்சுக்கிட்டுதானே பேப்பர்லே எழுதறே. பிரதர் டயரியை எங்கேயோ ஒளிச்சு வெச்சிருக்கே. அது உன் வீட்டிலே இல்லை. ஆபீஸ்லே வெச்சிருக்கியா?’

‘இல்லைய்யான்னா என்னவோ சிறுபிள்ளை மாதிரி திருப்பித் திருப்பிக் கேட்டுக்கிட்டிருக்கீங்களே!’

‘அறைஞ்சுப்பிடுவேன் கொடுத்துடு!’ என்று பின்னால் குரல் கேட்டது.

‘அறைய வேண்டாம்டா. அய்யாவுக்கு ஞாபகார்த்தமா ஏதாவது செஞ்சுடலாண்டா! புடி!’

இரண்டு பேர் என்னைப் பிடித்துக்கொள்ள நான் அய்யோ அய்யோ என்று பயந்து அலற ஆரம்பிக்க சட்டென்று ஒரு சினிமாஸ்கோப் கை என் வாயைப்பொத்த என் மயிர்க்கால்கள் அனைத்தும் நிற்க வியர்வை கொப்பளிக்க எனது வலது கையைப்

பிடித்து ஆள்காட்டி விரலை மட்டும் தனியாக்கி... பாவிகளா! விரலை வெட்டப் போகிறார்களா! நான் திமிரோ திமிர் என்று திணறோ திணறினேன்.

சுருக்!

அவ்வளவுதான். விட்டுவிட்டார்கள்.

நான் நம்பிக்கையில்லாமல் விரலைப் பார்த்தேன். மெதுவாக நிதானமாக ரத்தம் வழிந்து கொண்டிருந்தது.

'ஒரே ஒரு பிளேடு வெட்டு. சின்ன வெட்டு, அவ்வளவுதான். இந்தக் காயம் ஆர்றதுக்குள்ளே பார்த்து வெச்சுடுங்க. நியூஸ் எழுதறப்போ டைப் அடிக்கறப்போ ஞாபகம் வரும்படியா காயம். அவ்வளவுதான். ஆர்றக்குள்ளே டயரியைக் கொண்டு வந்து குடுத்துடுங்க. இல்லைன்னா கொஞ்சம் பெரிசா காயம் வெச்சு ஆஸ்பத்திரியிலே மாட்டிடலாம். என்ன பிரதர்? வீட்டிலே கொண்டுவிட்டுடலாமா?'

'கிட்டக்கத்தான் வீடு, நடந்தே போயிருவாரு.' திடீர் என்று வண்டி கிளம்ப அத்தனை பேரும் க்ஷணகாலத்தில் காணாமல் போனார்கள்.

நானும் நாயும் சிவப்பு விளக்கைப் பார்த்துக்கொண்டு சற்று நேரம் நின்றிருந்தோம். வீடு திரும்பினேன். வெட்டு சற்று ஆழமாகவே இருந்தது. பிடிவாத ரத்தம்! நிற்காமல் கொட்டிக்கொண்டே இருந்தது. செருப்பில், வேஷ்டியில் எல்லாம் பட்டிருந்தது. சப்பிக்கொண்டே வீட்டுக்குப் போனால் அம்மா பயப்படுவாள்.

வீடு இருட்டியிருந்தது. எல்லோரும் படுத்திருந்தார்கள். நான் 'வினு! வினு!' என்று கூப்பிட்டேன். 'நான்தான் விஸ்வா.'

வாசல் விளக்கைப் போட்டுவிட்டுக் கதவை மூடிவிட்டேன். தூக்கக் கலக்கத்தில் அவள் என் விரல் சப்பலைக் கவனிக்க வில்லை.

டெட்டால் விட்டு அலம்பிக்கொண்டு வேட்டியைக் கிழித்து பாண்டேஜ் கட்டிக்கொண்டு படுத்தபோது என் மார்பின் படபடப்பு அடங்கவில்லை.

எனக்கு அவர்கள் அடித்தது வலிக்கவில்லை. அடித்த அலட்சியம் தான் வலித்தது. யாரோ முகமில்லாத எதிரிகள் என் வீட்டை வந்து

சூறையாடுகிறார்கள்... தெரு முனையில் வைத்து என் விரலில் அடையாளம் பண்ணுகிறார்கள். தனி மனிதன் நான்.

எனக்கென்று சில ஆதார பத்திரங்கள் கிடைக்கவில்லை. இஷ்டப் பட்ட சமயம் இஷ்டப்பட்ட விரலை வெட்டலாமா! சே! நாளைக்கே போலீசுக்குச் செல்லவேண்டும். அவர்களிடம் என்ன சொல்லவேண்டும்.

எப்படிய்யா இருந்தான்! அந்த ஆளை வர்ணி!

டாக்ஸியா? காரா? டாக்ஸிங்கறே, காருங்கரே! நம்பராவது தெரியுமா?

நாளைக்குப் பாச்சாவைக் கேட்கவேண்டும், எத்தனை பேர் இந்த டயரிக்கு அலைகிறார்கள். அந்தப் பெண்ணின் தங்கை, ஒரு கவிஞன், ஒரு மாமா, ஒரு டாக்ஸி கோஷ்டி... யார் இவர்கள் எல்லாம்?

எல்லோரும் என்னிடம் டயரி இருப்பதாக எண்ணிக் கொண்டிருக் கிறார்கள். தொலைந்துவிட்டது என்று சொன்னால் நம்ப மறுக் கிறார்கள்.

என் விரல் கட்டு இதற்குள் சிவப்பாகி இருந்தது. ஒற்றை விரலை உயர்த்தியே பிடித்திருந்ததால் ரத்தம் வருவது நின்றிருக்க வேண்டும். எனக்கு அந்த தூள் பக்கோடா மேல் அளவில்லாக் கோபம் ஏற்பட்டது. மாரில் சங்கிலி அணிந்து சினிமாக்காரன் போல் இருந்தான். கையில் நீண்ட சதுர மோதிரம். ஒரே விரலில் இரண்டு மோதிரம். இதையெல்லாம் ஞாபகம் வைத்துக் கொண்டு அவனைத் தண்டிக்க முடியுமா? என்னிடம் என்ன ஆயுதம் இருக் கிறது? நான் ஒரு கோழை, பயந்தாங்குள்ளி! எனக்கு வீட்டுக் குள்ளிருந்துதான் கத்த வரும். ப்ரூஸ் லீ மாதிரி மனசில்தான் சண்டை போடுவேன். நிஜ வாழ்க்கையில் நான் பயந்தவன். கறிகாய்க்காரனுக்கு, குடை ரிப்பேர்காரனுக்கு, என் தங்கைக்கு. என் அம்மா ஒருத்தியைத்தான் அதட்டுவேன். என்னிடம் ஆயுதம் கிடையாது.

யோசித்துப் பார்த்ததில் என்னிடம் ஒன்றிரண்டு ஆயுதம் இருப்பது புலப்பட்டது. செய்தித்தாள்? என் படிப்பு? மூளை?

தீர்மானித்துவிட்டேன். நான் இந்த டயரி விவகாரத்தின் ஆதாரத்தைத் தேடப்போகிறேன். இத்தனை பேர் விரும்பும் இந்த

டயரி! சே! அதை முழுவதும் படிக்காமல் தாரை வார்த்து விட்டேனே! சென்னையில் அந்த ஒற்றை டாக்ஸியை எங்கே தேடுவது? அதனுள் 'ஓம் சரவணபவ' என்று முருகன் படம் இருந்தது. இந்த ஒற்றை அடையாளத்தை வைத்துக்கொண்டு அந்த டாக்ஸியை எப்படிப் பிடிப்பது? விளக்கை அணைத்தேன்.

மைக்கல் என் கதையைக் கேட்டு, தன் பச்சை குத்தின கையின் புஜ பலத்தைக் காட்டி, ஆங்கிலோ இந்தியத் தமிழில் கூறினார். 'நீ கவலைப்படாத மேன். நான் பாத்துக்கறேன். எந்தப் பய வந்தாலும் அவனை என் மதர் இன் லா மாதிரி பண்ணி அனுப்பிடலாம். நீ கவலைப்படாம எளுது. நல்ல ஸ்டோரி இது. ரிஸர்ச் பண்ணி எளுது. இதைக் கடைசிவரை பார்த்துடலாம்.'

பாச்சா வேறுவிதமாக உபதேசம் செய்தார். 'எது செய்தி, எது ஸ்காண்டல், எது லைபெல்னு தெரியணும். எவனோ ஒரு பிரைவேட் சிடிஸன், ஒரு குடிமகன், ஒரு பெண்ணை வெச்சுட்டு அவளைப் பத்திப் பாட்டு எழுதினான்னா அது செய்தியில்லை. எத்தனையோ பேரு எத்தனையோ பெண்களைப்பத்தி எத்தனையோ பாட்டு எழுதியிருக்காங்க. அதிலே புதுசா ஒண்ணும் இல்லை. நீ எழுதறதிலே நியூஸ் இருக்கணும். அதிலே பப்ளிக்குக்கு ஒரு இண்டரஸ்ட் இருக்கணும். ஆனா பயமுறுத்த றாங்கன்னு நாம பயப்பட்டுட்டு இருக்க முடியாது. போலீஸ் பந்தோபஸ்து கொஞ்ச நாளைக்கு கேட்டுக்கலாம்.'

'இப்ப இந்த விவகாரத்திலே நியூஸ் இருக்கா, இல்லையா பாச்சா சார்?'

'நிச்சயம்! எனக்கு இதிலே ஒரு பெரிய வெடிகுண்டு இருக்குன்னு தோணறது... தோண்டிப் பாரு. ஜாக்கிரதையா இரு. குண்டு வெடிக்கிறபோது தூரப் போய்டு' என்றார்.

அந்த பஸ் டிக்கெட்டைத் தேடிப்பிடித்து நான் அந்தப் பெண் ரூபாவுக்கு டெலிபோன் செய்தேன். அவள் டில்லிக்குப் போயிருப்பதாகச் சொன்னார்கள். சாயங்காலம் வந்துவிடுவாள் என்றார்கள்.

'நீங்கள் யார் பேசுவது?'

'தின ஒளி நிருபர்.'

‘ஓ! நீங்களா! நான் ரூபியின் தாய். டயரி கிடைத்ததா? குரலில் எத்தனை ஆர்வம்.

‘இல்லை. தேடிக்கொண்டிருக்கிறேன். எனக்கு ஒரே ஒரு செய்தி வேண்டும். அந்த டயரி உங்களுக்கு எதற்குத் தேவை என்று.’

‘ஒரு சின்னப் பையன் வந்து?...’

‘சின்னப்பையன் வந்து என்னையும் பார்த்தான். உங்கள் ஏர்ஹோஸ்டஸ் மகளுடன். அந்த டயரிக்காகப் பணம் கொடுக்கிறேன் என்று ஒரு ஆள் உங்களிடம் வந்து விசாரித்தான் அல்லவா?’

சற்றுத் தயக்கத்துக்குப் பிறகு, ஆம் என்று பதில் வந்தது.

‘அந்த ஆள் - தலை வழுக்கையா ஒரு அழுக்குப் பையோட வந்தான் இல்லையா?’ என்றேன்.

‘பை இருந்ததா, இல்லையா தெரியலை. வழுக்கையான ஆசாமி தான். நீங்க அந்தப் புஸ்தகம் கிடைத்தா எங்கிட்டதான் கொடுக்கணும். அது எங்க குடும்பத்தைச் சேர்ந்தது.’

எத்தனை தடவை! அமவுண்ட் கணிசமாக இருக்கவேண்டும். என்னிடம் வந்த ஜோல்னாப்பை ஆசாமிதான் அவர்களிடமும் சென்றிருக்கவேண்டும். அப்புறம் அந்த கவிதைப் பித்தன் கனல்!

லதாங்கியின் கதை மூன்றாம் பாகம் மறுதினம் அரைக்காலத்துக்கு வந்தது. டெலிபோன் பண்ணும்போது, டைப் அடிக்கும்போது, எழுதும்போது எல்லாம் விரல் வலித்தது. அந்த ஆசாமி மென்றுகொண்டே ஏளனமாகச் சிரித்துக்கொண்டே என்னைப் பார்த்துக்கொண்டே பேசினது ஸ்பஷ்டமாக ஞாபகம் வந்தது. லதாங்கியின் டைரிக்காகச் சிற்சில கோஷ்டிகள் அலைவதையும் அவள் கதையைத் தோண்டி எடுப்பதில் எனக்குச் சிரமங்கள் ஏற்படுவதையும் எழுதியிருந்தேன். அடுத்தது லதாங்கியின் அம்மாவுடன் பேட்டி என்று முடித்திருந்தேன். அன்று மாலை தான் எனக்கு கோபிநாத்திடமிருந்து அழைப்பு வந்தது.

8

‘கோபிநாத்தா? என்னையா?’

‘ஆம்’ என்றார் பாச்சா.

‘அவருடைய பி.ஏ.தான் போன் பண்ணினான். விஸ்வநாத்துன்னு ஒரு ரிப்போர்ட்டர் இருக்காராமே, அவரை கோபி வரச் சொன்னார்’னு ஸ்பஷ்டமாகக் கேட்டான்.’

‘பயலுக்குத் திடீர்னு மந்திரக் காத்து வீசுகிறது. நீ ரிஷப ராசியா?’ என்றார் சாமிநாதன்.

‘நான் நினைச்சேன் நீங்க ரெண்டு பேரும் ஃப்ரெண்ட்ஸ். பூர்வ ஜன்மத்திலே ஒரே டிராமாவிலே நடிச்சிருப்பீங்க... திடீர்னு ஞாபகம் வந்திருக்கும்னு. அப்படி ஏதாவது?’

‘விளையாடாதீங்க பாச்சா சார்.’

‘சரி சரி. போய் உடனே அவனைப் பாரு. அப்படியே என் டாட்டருக்கு மெடிக்கல் காலேஜில் ஒரு சீட் கிடைக்குமான்னு கொஞ்சம் கேட்டுப் பார்றா கண்ணா!’ என்றார் சாமிநாதன்.

கோபிநாத்தின் பிரசித்தமான தே. பேட்டை வீட்டைப் பற்றி மூன்றாம் அத்தியாயத்தில் சொல்லி இருக்கிறேன். நான் போன போது வழக்கம்போல் போலீஸ்காரர்களும் சில சில்லறைத் தொண்டர்களும் வாசலில் நிற்க... இந்தத் தடவை மாடி

இல்லாமல் வீட்டுக்குள்ளேயே என்னை அனுமதித்தார்கள். சற்றே இருட்டாக இருந்த வரவேற்பறையில் உட்கார்ந்தேன்.

மெலிதான செண்ட் வாசனை தென்பட்டது. சுற்றிலும் பார்த்தேன். இன்னும் மூன்று பேர் அந்த அறையில் காத்திருந்தார்கள். மூவரும் என் வருகையை வெறுப்புடன் பார்த்துவிட்டுத் தலையைத் திருப்பிக்கொண்டார்கள். உள்ளே செல்லும் தடிமனான கதவு ஸ்பிரிங் லாக் வைத்து மூடிக்கொண்டது. நடுமேஜையில் ஒரு பித்தளை வாஸில் புதிய மலர்கள் கொய்து வைக்கப் பட்டிருந்தன. படிப்பதற்கு இன்றைய செய்தித்தாள் இருந்தது. அந்த மூவரும் உட்கார்ந்திருந்த தோரணையிலிருந்து கோபிநாத் உள்ளே இருக்கிறார் என்பது புலப்பட்டது. அவர்களில் ஒருவர் எம்.எல்.ஏ. என்று நினைத்தேன். துண்டும் துண்டு மீசையும் அப்படிச் சொன்னது. ஏதோ ஒரு பொதுக்கூட்டத்தில் மைக்கை அழுந்தப் பிடித்துக்கொண்டு ஆவேசமாகப் பேசியிருக்கிறார் இந்த ஆசாமி. பார்த்திருக்கிறேன்.

நாங்கள் காத்திருந்தோம். இடது பக்கம் கடைவாய்ப் பல் வலித்த போது டாக்டர் மிக்லானி என்கிற பல் டாக்டரின் வரவேற் பறையில் காத்திருந்தது ஞாபகத்துக்கு வந்தது.

'விஸ்வநாதன் யாரு?'

எழுந்தேன்.

'கூப்பிடுகிறார், தலைவர்.'

உள்ளே பிரம்பு நாற்காலியில் உட்கார்ந்திருந்த கோபிநாத் என்னைக் கண்டதும் எழுந்து அரைமனதாகச் சேவித்துவிட்டு, வாங்க என்று சொல்லி நாற்காலியைக் காட்டினார். இந்தச் செயல்களை அவர் ஏறக்குறைய ரிஃப்ளெக்ஸ் ஆக்ஷன் போலச் செய்வதாகவே பட்டது எனக்கு. கோபிநாத்தை நான் எத்தனையோ தடவை பார்த்திருக்கிறேன். ஆனால் இத்தனை அருகில் அல்ல. அவரது 50 வயது அழுத்தம் திருத்தமாகத் தெரிந்தது. கழுத்தில் தங்க செயின் தெரிந்தது. பவுடர் போட்டிருந்தார். தொப்பையை அடக்கி வேஷ்டியை இறுக்கிக் கட்டி பெரிய பெல்ட் அணிந்திருந்தது மல் ஜிப்பாவினூடே தெரிந்தது. நரை மயிரை மறைக்கச் சாயம் பூசியிருப்பார் என்று தோன்றியது. மிகக் கறுப்பாக இருந்தது தலைமயிர்.

ரேடியோவிலும் தெருவுக்குத் தெரு ஒலிபெருக்கியிலும் ஒலித்த அந்தக் குரல் அருகில், நேரில் சற்று வேறுவிதமாக இருந்தது. 'இவரு யாரு?' என்று பி.ஏ.விடம் சன்னமாகக் கேட்டார்.

பி.ஏ. அவர் காதருகில் வந்து, 'நிருபர், தின ஒளி...' என்றார்.

அவர் முகம் மலர்ந்தது. 'ஓ! நீங்கதானா?' என்று என் கையைப் பற்றி இரண்டு கைகளாலும் குலுக்கி 'சின்னவரா இருக்கீங்களே' என்றார்.

பதிலுக்குச் சிரித்தேன்.

'பேப்பரிலே அந்தக் கேஸைப் பத்தி எழுதறீங்களே. அது உண்மையா? இல்லை புருடா விடறீங்களா?'

'எந்தக் கேஸு? அந்த லதாங்கியைப் பத்தியா?'

'லதாங்கி?' என்று பி.ஏ.வைப் பார்த்தார்.

'அந்தப் பெண்ணோட பேரு சார்.'

'அதான், ஏதோ ஒரு பொண்ணு இறந்துபோய்ட்டதாகவும், அது தற்கொலையான்னு நீங்க சந்தேகப்படறதாகவும்... தினம் எழுதிக்கிட்ட வரீங்களே.'

நான் ஆச்சரியத்துடன், 'நீங்க படிக்கிறீங்களா?' என்றேன்.

'படிக்கிறேன் ஒருவரி விடாம. ஆனா வேற ஒரு காரணத்துக்காக. தின ஒளி கொஞ்சம் நல்ல பத்திரிகை! லட்சக்கணக்கான தமிழங்க படிக்கிறாங்க... அதுலே செய்தி வரது கொஞ்சம் பொறுப் புள்ளதா, விசாரிக்கப்பட்டு வரது நல்லது இல்லையா?'

'ஆமாங்க.'

'நீங்க எழுதறது வதந்தியை வெச்சோ... உண்மையில்லாத கேள்வி ஞானத்தை வெச்சோ எழுதறதில்லையே?'

'நிச்சயம் இல்லைங்க. நான் பார்த்ததை... அனுபவிக்கிறதை எழுதறேன். எனக்கு அந்தப் பெண் டெலிபோன் பண்ணிற்று. அங்கே போனேன். செத்துக் கிடக்குது.'

'என்ன சொல்லிக் கூப்பிட்டது?'

'ஒரு ஆளைப் பத்தி ஒரு செய்தி என்கிட்ட இருக்கிறது... அதை உங்க பத்திரிகை நிச்சயம் வாங்கிக்கும் என்று.'

'சரிதான், சொல்லுங்க...' கோபிநாத் கதை கேட்கும் சிறுவனின் ஆர்வத்துடன் என்னைப் பார்த்தார். நான் சொன்ன வார்த்தைகள் அனைத்தையும் கவனமாகக் கேட்டார். காது கொஞ்சம் தீட்டப் பட்டது போலக் கவனித்தார். நான் ஒன்று விடாமல் சொன்னேன். என்னை வெவ்வேறு மனிதர்கள் அந்த டயரிக்காக அணுகியது... என் வீட்டைக் கலைத்தது, பயங்காட்டியது... பணங் காட்டியது... தங்கை, கவிஞன், ரவுடி, மாமா... எல்லோரும் அந்தப் புத்தகத்தையே திரும்பத் திரும்பக் கேட்டது...

'அந்த டயரியை நீங்க படிச்சீங்களா?'

'படிச்சேன். கொஞ்சம் கொஞ்சம். முழுக்கப் படிக்கலை. சில கவிதைகள் எழுதியிருந்தது.'

'அங்கங்கே ஏதாவது தெரிஞ்ச பேராத் தென்பட்டதா?'

'இல்லைங்க. நான் அவ்வளவு டீப்பாப் படிக்கலைங்க.'

'அந்த டயரியை டாக்ஸியிலே விட்டுட்டிங்களா?'

'ஆமாங்க.'

'அதைத் தேடித் திரும்ப பெறதுக்கு எந்த முயற்சியும் செய்யலையா?'

'அந்த டாக்ஸி நம்பர் தெரிஞ்சா செய்யலாம். அந்த ஆளு முகத்தைக் கூடப் பார்க்கலை.'

'உங்க முகத்தைப் பார்த்தா அதிலே ஒரு கேள்விக் குறி. ஒரு ஆச்சரியம் தெரியுது' என்றார் கோபிநாத். 'என்னடா இந்த மந்திரிக்கும் அந்த டயரிக்கும் என்ன சம்பந்தம், இவனுக்கும் டயரி அவங்களைப் போலத் தேவையா இருக்குமோ? அப்படித் தானே நினைக்கிறீங்க!'

நான் தயக்கத்துடன் 'நீங்க மனசிலே இருக்கிறதை நல்லாப் படிக்கிறீங்க!' என்றேன்.

'நான் சொல்லப்போறது உங்களுக்கு கொஞ்சம் அதிர்ச்சியா இருக்கும். எனக்கும் அந்த டயரி தேவைதான். ஆனா வேற

விஷயத்துக்காக. அந்தப் பொண்ணுக்கும் இப்ப பெரிய நாற்காலி யில் உட்கார்ந்திருக்காரே அவருக்கும் ஒரு சம்பந்தம் இருக்குது. இதை நீங்க பேப்பர்லே போடாதீங்க... உங்களுக்குள்ளே வெச்சுக்குங்க. எனக்கும் இந்த விஷயம் ஒருவித வதந்தியாகத் தான், மறைமுகமாகத்தான் வந்து சேர்ந்திருக்குது. இது பூரா நிஜமா, இல்லையான்னு இப்ப சொல்ல முடியாது. வதந்திகளை நீங்க செய்தியா வெளியிடக் கூடாது...'

அவர் மேலே பேசக் காத்திருந்தேன். நான் திடீர் என்று லதாங்கி விவகாரம் என்னையும் என் பத்திரிகையும் மீறி மாநில எல்லைகளுக்கு, ஏன், நாட்டின் எல்லைவரை விரியப்போகிறது என்பதன் அதிர்ச்சியைச் சமாளிக்க முயன்றுகொண்டிருந்தேன்.

'தினகரன்கிறதும் உங்க பத்திரிக்கைதானே?'

'ஆமாங்க, எங்க முதலாளியோட தம்பி நடத்தறார்... மாலைப் பத்திரிகை... எடிட்டோரியல் இரண்டுக்கும் ஒன்றே.'

'அப்ப நீங்க சொன்னதையெல்லாம் கேட்ட பிற்பாடு எனக்கு ஒருவிதத்திலே அந்தச் சந்தேகம் ஊர்ஜிதமாகுது. அந்த விவகாரத் தைப் பத்தி எழுதறதிலே உங்களுக்குத் தடை ஏற்படும்னு தோணுது. உங்க முதலாளி என்ன சொல்றார்?'

'இன்னும் எங்க முதலாளி வரைக்கும் விஷயம் போகலீங்க.'

'போய்டும். கவலைப்படாதீங்க. நான்தான் கவிதை எழுதி னேன்னு வருவான் ஒருத்தன். பயங்காட்டி வருவான் ஒருத்தன். பணமா குடுக்கறேன்னு வருவான் ஒருத்தன். ஆனா எல்லாரும் ஒரே ஆசாமி அனுப்பிச்சு வந்தவங்கதாங்க... கயவாளிப் பசங்க! நாட்டை என்னமா குட்டிச் சுவராக்கியிருக்கிறான். பாத்தீங்களா வேதமாணிக்கம்?'

பி.ஏ. தலையசைத்தார்.

'என் வீட்டைச் சூறையாடியிருந்தாங்க!'

'அதெல்லாம் நடக்கும். ஜப்திகூடப் பண்ணுவாங்க. அதிகாரம் கையிலே இருக்கிறவரைக்கும் எல்லாம் நடக்கும். இன்னும் எத்தனை நாளுன்னு பாத்துடலாம்!'

'நீங்க சொல்றது நிஜமா இருக்குங்களா?'

‘இருக்கலாம். இல்லாமல் இருந்தால் எனக்குச் சந்தோஷம். அவர் என்னதான் அட்டூழியம் பண்ணினாலும் என்னுடைய நண்பர்... என்னதான் லஞ்சம் வாங்கியிருந்தாலும் பதவியை விட்டுவிட்டு ராஜினாமா கொடுத்துட்டா ஒழிஞ்சிபோகுதுன்னு விட்டுறலாம்னு இருக்கேன். ஆனா மனுஷன் லேசுப்பட்டவன் இல்லை. கடைசிவரைக்கும் பார்த்துட்டுத்தான் விடுவான். கல்லுளி மங்கன். அதனாலே நீங்க கொஞ்சம் ஜாக்கிரதையா இருங்க. எழுதறதை தைரியமா ஆணித்தரமா எழுதுங்க... நான் உங்களுக்கு முடிஞ்சவரை சப்போர்ட் பண்ணறேன். மறைமுக மாகத்தான் அதெல்லாம் செய்யமுடியும். இருந்தாலும் உங்க பக்கம் கோபிநாத் இருக்கான். ஞாபகம் வெச்சுக்கங்க! பப்ளிக்கா நானும் உங்களை சப்போர்ட் பண்ண முடியாது. அரசியல் அப்படி. உண்மை தெரியறவரைக்கும் மனம் தளராதீங்க...’

நான் என்னவோ முணுமுணுத்தேன்.

‘ஆனா டயரி கிடைச்சதும் உடனே எனக்குத் தகவல் சொல்லிடுங்க... அது ஒரு பெரிய வெடிகுண்டுமாதிரி. எங்கிட்டே உதவி தேவையாயிருந்தா தயங்காம கேளுங்க. போலீஸ் இலாகா எங்கிட்டே இல்லை. இருந்தாலும் சில டி.ஐ.ஜிங்க நான் சொன்னதைக் கொஞ்சம் கேப்பானுக... போலீஸ் பாதுகாப்பு வேணுமுன்னாச் சொல்லுங்க... நான்கூட தீக்கனல்ல ஒரு தடவை ஆச்சாரியார் காலத்திலே ஒரு தலை யங்கம் தீட்டி மாட்டிக்கினேன். ஸூட்டைப் போட்டுட்டாரு... அப்புறம் ரொம்ப பேஜாராப் போச்சு... அரசாங்கத்தை எதிர்த்துக் கறதிலே நிறையச் சிரமமிருக்குது...’

‘அதுதான் மாறப்போறதே!’ என்றேன்.

கோபிநாத் நிமிர்ந்து என் அருகில் வந்து உட்கார்ந்து ‘என்ன பேசிக்கறாங்க உங்க வட்டாரத்திலே?’ என்றார்.

‘நீங்கதான் அடுத்த முதல்வர். இன்னும் ஆறுமாசம் கூடத் தாங்காதுன்னு...’

‘அந்த டயரி கிடைச்சா நாளைக்கே அந்த ஆளைக் கவுத்துட லாங்க. எனக்கு தெரிஞ்சது உங்களுக்குத் தெரியாது. அந்தப் பொண்ணு ஒரு டான்ஸ்காரப் பொண்ணுங்க... உக்காருன்னா படுத்துக்கற ஜாதி. கம்பனிக்காரங்க உபயோகப்படுத்தர சரக்கு. அதைப் போயி இந்த மனுஷன் ரகசியமா கூட்டி வந்துட்டு... நீங்க

இதையெல்லாம் பேப்பர்ல் போட்டுறாதீங்க... அப்புறம் என்ன பேசிக்கிடறாங்க...'

'உங்களுக்கு நூறு பேர் சப்போர்ட் இருக்கிறதா...'

'அசெம்பிளியை கூட்ட விடமாட்டேங்கறானே! ஆனா அவங்களை நம்ப முடியாதுங்க... அந்த ஆளு பெரிய ஆள்! திடீர்னு ஏழெட்டுப் பேரை மதுவிலக்கு, கால்வாய்த்துறை, கிராம நலம்னு உதவாக்கரை மந்திரிகளாக்கி மடக்கிப் போட்டுருவாரு. அரசியல் ஒரு காடு! கிளி இருக்கும். நரி இருக்கும். கோவேறு கழுதை, ஓநாய், சிங்கம்... எல்லாம் இருக்கும். மனுஷங்களைத் தவிர!'

'வில்லியம் கோல்டிங்குன்னு ஒருத்தர் அருமையா ஒரு புஸ்தகத்திலே எழுதியிருக்காங்க... லார்ட் ஆப் தி ஃப்ளைஸ்னு...'

'எனக்கு அவ்வளவு இங்கிலீஷ் படிக்க வராதுங்களே. வேதமாணிக்கம், அதைக் குறிச்சு வெச்சுக்கங்க. அப்புறம் படித்து மொழிபெயர்த்துச் சொல்லுங்க... அப்ப...' என்று நிறுத்தினார்.

'ரொம்ப சந்தோஷம்' என்றேன்.

'மகிழ்ச்சின்னு சொல்லுங்க. வடமொழியைக் குறையுங்க...'

கோபிநாத்தின் வீட்டைவிட்டு வெளியே வந்து, நடந்து எல்டாம்ஸ் ரோடு மூலையில் வந்து நின்றுகொண்டேன். எனக்கு உள்ளே சற்று சிலிர்ப்பும் சற்று பயமும் சற்று நரம்புத்தனமான சந்தேகங்களும் எழுந்தன.

நான் என்ன செய்வது? லதாங்கியின் கதையைத் தொடர்வதா? மிகவும் சுவாரஸ்யமாக இருக்கிறது. இந்தப் பண்டோரா பெட்டியின் மூடி மெலிதாகத் திறந்திருக்கிறது. திறப்பில் மெலிசாக ஆவியடிக்கிறது. திற திற என்கிறது. ஆசை காட்டுகிறது.

ஷேக்ஸ்பியர் ஒவ்வொருவர் வாழ்க்கையிலும் அடிக்கும் சந்தர்ப்ப அலைகளைப் பற்றிச் சொல்லியிருக்கிறார். என் வாழ்க்கையிலும் இது ஓர் அலை சமாசாரம்தான். நீந்தத் தெரியாமல், சாமர்த்தியமில்லாமல் உள்ளே நுழைந்தேன்.

மறுபடி ரூபாவின் அம்மாவுக்கு டெலிபோன் செய்தேன்... உங்களை வந்து பார்க்கவேண்டும் என்றேன்.

'டயரி?' என்றாள்.

'டயரி பற்றித்தான். சில நல்ல தகவல்கள் கிடைத்துள்ளன. அதற்குமுன் உங்கள் பெண்ணைப் பற்றி இன்னும் கொஞ்சம் தெரிந்துகொள்ள வேண்டும். நாளைக் காலை வரட்டுமா?'

தயக்கத்துடன் 'வாருங்கள்' என்றாள்.

'பத்து மணிக்கு வரட்டுமா?'

'பதினொன்றரைக்கு வாருங்கள். ரூபாவும் வந்துவிடட்டுமே.' என்றாள்.

ஆபீசுக்குத் திரும்பிச் சென்றபோது சாமிநாதன், 'உனக்கு ஒரு மொட்டைக் கடிதாசி வந்திருக்கு. பூனை வெச்சிண்டிருக்கான். போய்ப் பாரு' என்றார்.

9

'முன்னெல்லாம் மொட்டைக் கடிதாசின்னா உண்மை விளம்பி, ஊர்க்குருவின்னு பேர் போட்டு வரும். இப்பல்லாம் டைப் அடிச்சு, படம் போட்டு அனுப்பறாங்க. போய்ப் பாரு' என்றார் சாமி.

மைக்கல் பைப்பைக் கிளப்பிக்கொண்டிருந்தார். அவர் மேஜையில் ப்ரூஃப் இரைந்து கிடந்தது. ப்ரேம் போட்டு நிறுத்தி வைத்திருந்த போட்டோவில் அவரும் அவர் மனைவியும் அபரிமிதமான அவரது குழந்தைகளும் ஒட்டிக்கொண்டு நிற்க, பக்கத்து வீட்டு பாக்ஸ் கேமரா அந்தச் சம்பவத்தை க்ளிக்கியிருந்தது.

'இன்னா மேன்? உனக்கு லவ் லெட்டர் வந்திருக்கிறதே, பார்த்தியா' என்று கடிதத்தைத் தேடி எடுத்து என்னிடம் கொடுத்தார். கால் காகிதத்தின் நடுவில் டைப் அடிக்கப்பட்ட வாசகங்கள்.

'உடனே நீ எழுதுவதை நிறுத்து. உடனே உடனே. தொடர்ந்தால் உன் குடும்பத்தில் அத்தனை பேருக்கும் ஆபத்து! உனக்குப் பேராபத்து.' பக்கத்தில் மண்டையோடு.

நான் மைக்கல் வில்லியம்ஸைப் பார்த்தேன்.

'பயந்துக்கினியா?' என்றார்.

நான் பதில் சொல்லவில்லை.

‘இதுகளுக்கெல்லாம் பயப்பட்டா ஆவாது. இந்த மாதிரி ப்ளென்டி ஆஃப் லெட்டர்ஸ் எனக்கு வந்திருக்குது. யூஷுவலா இந்த மாதிரி லெட்டர் எழுதறவங்க கவர்ட்ஸ். ஒண்ணும் ஆவாது உனக்கு. நான் காரண்டி. நீ எழுது. கண்டின்யூ பண்ணு. ஒரு ரிப்போர்ட்டர் வேலை என்ன? மெய்யா ரிப்போர்ட் பண்றது. நீ கவலைப்படாதே, நான் கவனிச்சுக்கறேன். இவனுக்கு மேலே ரௌடிங்களையெல்லாம் நான் கொணாந்து காட்றேன். ஸாடே ஸத்ரா ரூபாய்க்கு மர்டரே பண்ணுவான். ராயபுரத்திலே இருக்கான்.’

‘இவனுக்கு மேலேங்கறீங்களே சார்! யார் இவன்னு தெரிஞ்சாத் தானே…’

‘அதெல்லாம் கண்டுபுடிச்சிறலாம். டோண்ட் ஒர்ரி மேன்! டூ யுவர் ட்யூட்டி. நான் உன்னை சப்போர்ட் பண்றேன். பயமா இருந்தா சொல்லு, நானும் உன்கூட வர்றேன். எனக்கு ஒரு அவுன்ஸ் பிராந்தி போதும். எல்லாரையும் கிளிச்சுடுவேன். இன்னும் நம்ம பாடியிலே தாக்கத் இருக்குது தெரியுமா? நம்ம மிஸஸ்ஸை கேளு சொல்லும்!’

எனக்கு வேண்டியது இந்தமாதிரியான தாக்கத்தா என்று சந்தேக மாக இருந்தது. கடிதத்தைப் பார்த்தேன். டைப் அடித்த கடிதம். தமிழ் டைப்ரைட்டர்கள் யார் யாரிடம் இருக்கும்? பொதுவாக அரசாங்க அலுவலகங்களில்தான் இருக்கும்? சில ஜாப் டைப்பிஸ்டுகளிடம் இருக்கும்.

போலீசிடம் இதைக் கொடுத்தால் கண்டுபிடித்து விடுவார்களா? சென்னையில் எத்தனை தமிழ் இயந்திரங்கள் இருக்கும்? ஐடியாவே இல்லை. நூறு? ஆயிரம்? லட்சம்?

‘கைல என்ன மேன் ஒட்டு?’

‘பிளேடு வெட்டிடுச்சு சார்.’

அதை அடுத்து மைக்கல் வேடிக்கையாகக் கேட்ட கேள்வியைப் பிரசுரிக்க முடியாது. என் தங்கை வினோதா போன்ற பல பெண்களும் இதைப் படிப்பதால்.

வழுக்கை ஆசாமி சொன்னது ஞாபகத்துக்கு வந்தது: ‘பார்ட்டி எவ்வளவு தூரம் வேணுமானாப் போவா.’ கோபிநாத் சொன்னது

போல் எல்லாமே ஒரே பார்ட்டிதானோ? முதலில் வந்த கவிஞன், வீட்டுக்கு வந்த மொட்டைத் தலையன், டாக்ஸியில் வந்த வெற்றுக்குண்டர்கள்...

சீஃப் ரிப்போர்ட்டரின் அறையைவிட்டு வெளியே வந்தபோது சாமிநாதன் 'என்ன சொன்னான்?' என்றார்.

'தொடர்ந்து எழுதணும்கறார்.'

'அவன் சொல்வான். நீ எதுக்கும் ஜாக்கிரதையாகவே இரு. விசு, எல்லாம் வாயாலேதான் பேசுவாங்க. அப்புறம் லீகல் ஆக்ஷன் ஏதாவது வந்தா ஒருத்தனும் கிட்டே வரமாட்டானுங்க... என்ன சொல்றே நாயர்?'

நாயர் என்னையே முறைத்துக்கொண்டிருந்தான். 'அதெல்லாம் இப்ப நடக்காது.'

'ஏன் நடக்காது?'

'யூனியன் என்ன சும்மா இருக்குமா? விசு என்ன செய்யறது? தன் ட்யூட்டியைச் செய்யறது. அதனாலே அவனுக்கு ஏதாவது இடைஞ்சல் வந்தா கைகால் ஒடிஞ்சு போச்சுன்னா... இந்த மேனேஜ்மெண்ட் ஃபுல்லா காம்பன்சேஷன் கொடுத்துத்தான் ஆவணும். யூனியன் சும்மா விட்டுடுமா?'

மைக்கல், நாயர், சாமி, பாச்சா நால்வருமே என்னை வைத்து வேடிக்கை பார்ப்பதுபோல் பட்டது. அதே சமயம் என் விரலிலிருந்த பிளாஸ்திரி எச்சரித்தது.

இது விளையாட்டல்ல! இதில் ரத்தக் கலவை இருக்கிறது.

'உனக்குப் பேராபத்து. மண்டை ஓடு!' எனக்குத் தாகமாக இருந்தது.

மாலை என் தங்கைகளுக்கு சாக்லேட் பட்டை ஒன்றும் கதம்பமும் வாங்கிப் பொட்டலத்துடன் வீட்டுக்குள் நுழைந்தபோது ஆச்சரியத்தில் ஸ்தம்பித்துவிட்டேன்.

'யார் சுமதியா? இத்தனை சீக்கிரம் வீட்டுக்கு...'

சற்றுத் தள்ளி நின்றுகொண்டிருந்த அந்தப் பையன் என்னைப் பார்த்ததும் நெருங்கி வந்தான். தாராளமாகச் சிரித்தான்.

சுமதி, 'அண்ணா, இவர்தான்... சொன்னேனே... என் ஃப்ரெண்ட், பேர் முருகன்... நீங்க எந்த கம்பெனியிலே வேலை பாக்கறீங்க முருகன்... அந்தப் பேரு வாயிலே நுழையவே மாட்டேங் கிறது...'

'நான் அவனைப் பார்த்தேன். மற்றொரு எதிரி. என் தங்கையைக் கவர்ந்து செல்ல நினைக்கிறவன். தப்போ ரைட்டோ ஒரு சம்பிரதாயத்தில், ஒரு கோட்பாட்டில், ஒரு நம்பிக்கையில் ஒரு கூட்டத்தில் வளர்ந்த அவளை மற்றொரு உலகத்துக்கு அழைத்துச் செல்ல வந்திருக்கிறான்... சுமதியைப் பார்த்தேன்... பெண்ணே! நீ மட்டன் குழம்பு தின்னுவாயா? முட்டை உடைத்து அந்த மஞ்சள் திரவம் நெருப்பில் துடிக்கும்போது ஓர் உயிர், ஓர் எதிர்காலக் கோழிக்குஞ்சு துடிப்பதை உன்னால் தாங்க முடியுமா?

அவன் அடர்த்தியான கிராப் வைத்திருந்தான். நல்ல கரிய நிறத்தவன். அவன் சிரிக்கும்போது பற்கள் இருட்டில் நிலா போல் ஒளிர்ந்தன. திடகாத்திரனாக இருந்தான். அருமையான ஷர்ட் அணிந்திருந்தான். என் கையைக் குலுக்க முற்பட்டான். நான் மறுத்தேன்.

'அண்ணா, வீட்டுக்கு வந்தவாளை ஒரு வார்த்தை வான்னு உள்ளே கூப்பிடறதுதான் மரியாதை... இப்படி மௌனமா நிக்கறது நன்னால்லை.'

'பரவாயில்லை சுமதி, அவரை நாம் அதிர்ச்சிக்கு உள்ளாக்கக் கூடாது. சார், என் பெயர் ஏ.முருகன். நான் ஒரு கம்பெனியிலே இண்டஸ்ட்ரியல் எஞ்சினியரா இருக்கேன்.'

'கம்பெனி மானேஜிங் டைரக்டருக்குக் கீழே டைரக்டா ஓர்க் பண்றார் அண்ணா.'

'மக்நெய்ல்ஸ்னு ஸின்த்தெட்டிக் நைலான் யார்ன் செய்ய றாங்க... டயர்லே எல்லாம் உபயோகப்படுத்தறது. நல்ல மார்க்கெட் இருக்குது. எக்ஸ்போர்ட் எல்லாம் பண்றாங்க... நாலு கோடி ரூபா ஆன்னுவல் டர்ன் ஓவர். 900 பேர் வேலை செய்யறாங்க.'

'கம்பெனியிலேயே கார் எல்லாம் கொடுத்திருக்கா. ஃப்ர்னிஷ்டு பங்களா குடுத்திருக்கா...'

‘நீ அங்கே போயிருந்தியா?’ என்றேன்.

‘எங்கே?’

‘சாரோட ஃபர்னிஷ்டு பங்களாவுக்கு?’

‘நீ என்ன சொல்றே?’

‘மிஸ்டர் முருகன்! உங்களுக்கு என்ன வேணும்? இந்தப் பொண்ணு! அவ்வளவுதானே! உங்களுக்குத்தான் கிடைச்சாச்சே! இதுக்கு அவளை...’

‘சேச்சே, நீங்க என்னைத் தப்பா எடை போடறீங்க. எங்க காதல்...’

‘தமிழ் சினிமா மாதிரி பேசாதீங்க! எனக்குக் காதல்லே நம்பிக்கை கிடையாது.’

‘நான் உங்க சிஸ்டரைக் கல்யாணம் பண்ணிக்க விரும்பறேன்.’

என்னுடைய கடந்த தினங்களின் கோபம் அத்தனையும் ஒன்று சேர்த்து திரண்டு வெடித்தது.

‘கெட் அவுட் மேன்! நேரா வந்து என்னைப் பார்த்து அந்த மாதிரி கேக்கறதுக்கு என்னடா யோக்கியதை இருக்கு உனக்கு? அறிவு கெட்டவனே! உன் பணத்தையும் காரையும் காட்டி என் தங்கையை... அழைச்சுட்டுப் போய் அவளைக் கெடுத்து...’

‘அண்ணா!’

மெதுவாக மெதுவாக அக்கம்பக்கத்தினர் அங்கங்கே தோன்றினர்.

‘சுமதி, உங்க அண்ணன் உங்களைப்போல இல்லை.’

‘போடா? இந்த வீட்டிலே இனிமே அடியெடுத்து வெச்சா பல்லைப் பேத்துடுவேன். ஜாக்கிரதை! என்னை என்னன்னு நெனைச்சுண்டிருக்கிங்க எல்லாரும்... போடி உள்ளே!’

சுமதி, ‘அண்ணா, உனக்கு உடம்பு சரியாயில்லைன்னு நினைக் கிறேன். நான் உன்கிட்ட சம்மதம் கேட்க வரவில்லை. அவரை அறிமுகப்படுத்தத்தான் கூட்டி வந்தேன். இந்த மாதிரி பிஹேவ் பண்ணுவேன்னு தெரிஞ்சிருந்தா கூட்டிண்டே வந்திருக்க மாட்டேன். ஸாரி முருகன்! நான்கூட எங்க அண்ணாவைத் தப்புக் கணக்கு போட்டுட்டேன், வாங்க போகலாம்’ என்றாள்.

'இல்லை. நீ இரு சுமதி. நான் சந்தர்ப்பம் சரியா இருக்கிறபோது வரேன்! உங்க அண்ணாவுக்கு மூட் சரியில்லைன்னு நினைக்கிறேன். நான் அவரை அப்புறம் தனியா சந்திச்சுப் பேசிக்குறேன்.'

'போடான்னா!'

அக்கம் பக்கத்து ஜன்னல்களில் எல்லாம் மௌன முகங்கள் தெரிவதை நான் உணர்ந்தேன்.

'போடி உள்ளே!'

சுமதி அழவில்லை. அவள் முகம் கடுகடுத்திருந்தது. வீட்டுக்கு உள்ளிருந்து வினோதா பார்த்துக்கொண்டே இருந்தது எனக்கு வருத்தமாக இருந்தது. 'அம்மா எங்கே வினு?' என்றேன். சுமதி அறைக்குள் சென்று கதவைச் சாத்திக்கொண்டாள்.

'அம்மா சரசு மாமி ஆத்துக்குப் போயிருக்கா அண்ணா.'

'சரியான சமயம் பார்த்துத்தான் கூட்டிட்டு வந்திருக்கா.'

வினோதா கவனிக்காதது போல புத்தகம் படித்துக் கொண்டிருந்தாள்.

'காதல் ஜோதி' மலிவு விலைப் புத்தகம்!

பிடுங்கித் தூக்கி எறிந்தேன். வினோதா என்னை மருண்டு பார்த்தாள். 'உடை! ஆத்திலே இருக்கிற சாமான் எல்லாம் உடை!' என்றாள். சுமதி வெளியே வந்து, 'அண்ணா, நான் அந்தப் பையனை...'

'ஷட் அப்! நீ என்னோட பேசாதே இனிமே! நன்றியில்லாத ஜனங்களோட நான் பேச விரும்பவில்லை! அம்மா வந்தப்புறம் பாக்கியைப் பேசிக்கலாம். எனக்கு இந்த வீட்டிலே இருக்கவே பிடிக்கவில்லை. பொம்மனாட்டி ராஜ்யமா இருக்கு! சே!'

விருட்டென்று வெளியே வந்து வேகமாக நடந்து காக்கா கடையில் ஒரு சிகரெட் வாங்கி அதைக் கயிற்றில் பற்ற வைத்துக் கொண்டு சற்றுத்தூரம் தென்னந்தோப்பில் நடந்தேன். என் கோபத்தின் இலக்கு சுமதியா அல்லது முருகன் என்ற பையனா? யார்? மற்றொரு சந்தர்ப்பத்தில் சுமதி கூட்டி வந்த பையனை

உள்ளே அழைத்து விசாரித்துக் காப்பி கொடுத்துப் பேசியிருப்பேன் என்று தோன்றியது. சுமதி என் தங்கை. அவள் அப்படியெல்லாம் கூப்பிட்ட உடனே படுக்கையில் படுக்கமாட்டாள் என்பது எனக்குத் தெரியும். அவளும் தீர ஆலோசித்துத்தான்...

‘என்ன சௌக்கியமா? கையிலே காயம் ஆறிடுச்சா?’ பரிச்சய மான குரல். திரும்பிப் பார்த்தேன்.

மூன்று பேர் இருந்தார்கள். அதில் ஒருத்தன் நிஜமாகவே ரௌடிப் பையன் என்று நெற்றியில் எழுதி ஒட்டியிருந்தான். கலைந்த தலையும் புஸ்தி மீசையும் பனியனும் பெல்ட்டும்...

நான் ஓட ஆரம்பித்தேன். லபக் என்று பிடிபட்டேன்.

‘புஸ்தகம் கொண்டு வந்திருக்கியா மிஸ்டர்?’

‘புஸ்தகம்! புஸ்தகம்! என்ன புஸ்தகம்?’

‘தெரியாதமாதிரி கேக்கறியே! அன்னிக்கு உன் கையிலே சொன்னதெல்லாம் வேஷ்ட்டா?’

‘இல்லை இல்லை. என்கிட்டே புஸ்தகம் இல்லை! அய்யோ அய்யோ! ஓடி வாங்களேன். ஓடி வாங்களேன்! அடிக்கறாங் களே...’

என் வாயைப் பொத்தி, கையை முன்பின் பழக்கமில்லாத கோணத்தில் மடக்கி, என் வயிற்றில் முழங்காலால் குத்தி என்னை வீழ்த்தி என் முதுகில் முள் குத்த என் வாயில் அடித்து... ரத்தம்!

நான் செத்தேன், நான் செத்தேன் என்று என்னுள் அந்தப் பயம் பிரவகிக்க, அடி, மேன்மேலும் அடி இதற்கு மேலும் வலி உண்டா?

திடீர் என்று அவர்கள் என்னை அடிப்பதை நிறுத்தி விட்டார்கள்.

10

க்ஷணநேரத்தில் அவர்கள் என்னை அங்கேயே விட்டுவிட்டு ஓடிவிட்டார்கள். ஏறக்குறைய கொன்றுவிடப்போகிறார்கள் என்று எதிர்பார்த்து, நினைவா, நினைவிழந்த நிலையா என்று பயமும் வலியும் அதிர்ச்சியும் கலந்த அந்தச் சந்தர்ப்பத்தில் ஒரு விதமான ஆண்ட்டி க்ளைமாக்ஸ் போல அவர்கள் என்னை விட்டு விலகிப் போய்விட்டார்கள்.

‘எழுந்திருங்கள்’ என்று குரல் கேட்டது. திரும்பிப் பார்க்கக்கூட முடியவில்லை. எழுந்திருக்கப் பாதி முயற்சி செய்து தோற்றுப் போய் மறுபடி உட்கார்ந்தேன். சட்டையெல்லாம் மண். ரத்த மில்லை. ஏராளமான ஊமைக் காயங்கள். என் கைகளின் கீழ் இரண்டு செல்லக்கரங்கள் நுழைக்கப்பட்டு என்னை வாஞ்சை யுடன் எடுத்தன. ‘பார்த்து! பார்த்து!’

அந்தக் குரலை நான் முன்பே கேட்டிருக்கிறேன். ஆம், அந்தப் பையன் முருகனுடையது.

அவன் உதவி எனக்குத் தேவையில்லை என்று ஆக்ரோஷத்துடன் சொல்ல மனம் விரும்பியது. பேச்சு வரவில்லை... உடம்பின் மற்ற வலிகள் ‘என்னை! என்னை!’ என்று கவனம் ஈர்த்தன. அந்தக் கோபம் ஒரு மூலையில் உட்கார்ந்தது.

‘என்ன சார்! உங்களை இந்த மாதிரி அடித்துப் போட்டுவிட்டுப் போகிறாங்க? அவங்கள்ளாம் யார் சார்! விரோதிகளா? ரௌடிப்

பசங்கள்! மிஸ்டர் விஸ்வநாத், நீங்க இந்த மாதிரி ட்ரபிளில் மாட்டிக்கிட்டிருக்கிறதா என்கிட்ட சொல்லக்கூடாதா? நான் உங்க உதவிக்கு ஒரு படையையே கூட்டி வரேன் சார். எங்க ஃபேக்டரியிலே சாமிதாஸ்னு ஒரு ஆளு. மெல்ல, மெல்ல, எழுந்திருக்கிறபோது ஜாக்கிரதையா இருங்க... என்னைப் புடிச்சுக்குங்க! அ! அப்படித்தான்!'

'உன் உதவி எனக்குத் தேவையா என்ன? போடா!' என்று சொல்ல நினைத்தேன். அதற்குப் பதிலாக, அவனை அணைத்து அவன் மேல் சாய்ந்துகொள்ள வேண்டியிருந்தது. உடல் அப்படிச் சரிந்தது...

சாமிதாஸ், கோபிநாத், மைக்கல் வில்லியம், கோபிநாத், சாமிதாஸ் என்று பெயர்கள் என் மனத்தில் உலவின... ரத்த நிறத்தில் கோலங்கள் தோன்றி, கோலங்களாக மாறி நிறம் மாறி... மறுபடி நினைவு இழந்தேன்.

'அண்ணா!'

என் தங்கை சுமதியின், வினோதாவின், லக்ஷ்மியின் முகங்கள் படுக்கையைச் சுற்றிலும் இயங்க அருகே அம்மாவின் விசும்பல்கள் கேட்க ஆஸ்பத்திரியின் பிரத்தியேக வாசனையை நான் உணர ஒரு நர்ஸ் வந்து மலையாளம் கலந்த தமிழில், அழுதுகொண்டிருந்த அம்மாவை அதட்ட, நான் திரும்ப, ஆஸ்பத்திரி அறையின் வாசற்பக்கம் அந்தப் பையன் தெரிய என்னைப் பார்த்துச் சிரிக்க எனக்கு வலிக்க... 'ஆபீஸுக்கு போன் பண்ணிடுங்கோ, இன்னிக்கு என்ன தேதி? நாக்கு வரண்டு இருக்கே. ஒரு சோடா கொடேன்' என்று நான் பொதுவாகச் சொல்ல... என்னை நோக்கி அந்தப் பையன் முருகன் வந்தான்.

'எப்படி இருக்கிறது?' என்றான்.

'சரியான சமயத்தில் முருகன் வந்தார். உங்களைக் காப்பாத்தி இருக்கார்...'

'நாம என்னமோ பூர்வஜன்மத்திலே ஒண்ணு ரெண்டு நல்ல காரியம் பண்ணி இருக்கணும்... இல்லாட்டா இப்படி வீதியோட போற பையன் வந்து விழுந்து விழுந்து ஒத்தாசை பண்ணுவானா! தங்கமான பையண்டா... அலையா அலைஞ்சு உன்னை அப்படியே பொட்டலமாக் கட்டி ஆத்துக்குத் தூக்கிண்டு வந்துட்டான். எனக்கோ கையும் ஓடலை காலும் ஓடலை...'

நான் முருகனைப் பார்க்க... அவன் சுமதியைப் பார்த்துக் கொண் டிருந்தான்... இருவரும் வார்த்தையில்லாமல் பேசிக்கொண் டிருந்தது எனக்கு எரிச்சலாக வந்தது...

'ஏதாவது வேணுமா சார்?'

'கிட்ட வாங்க' என்றேன்.

என் அருகே அவன் காதைக் காட்ட, 'கெட் அவுட்! என்னாலே... என்னாலே... சமாளிக்கத் தெரியும்... எனக்கு. உன் உதவி தேவை யில்லை!' என்று தட்டித் தடுமாறிச் சொன்னேன்.

'ஐ ஸீ! உங்க கோபம் இன்னும் போகலியா?'

ஒருவாறாக என் உடம்பின் சாத்தியங்கள் திரும்புவதற்கு இரண்டு நாட்கள் ஆயின. மைக்கல் என்னை இரண்டு நாட்களும் வந்து பார்த்தார். இரண்டாம் நாள் எனக்காக ஒரு கொத்து மலர்கள் வாங்கிக்கொண்டு அந்த மலர்களைவிடப் புதிதாக இருந்த மார்க்ரெட் என்கிற அவரது பல பெண்களில் ஒருத்தியுடன் வந்திருந்தார். அந்த பூனைக்கண்காரி எனக்கு மலர்களைக் கொடுத்துவிட்டு என்னைப் பார்த்து களங்கம் காதல் அது இது என்று எதுவும் இல்லாமல் துல்லியமாகப் புன்னகை செய்ததில் எனக்கு மீதியிருந்த வலிகள் அனைத்தும் போய்விட்டன.

'பாஸ்டர்ட்ஸ்! நீ கவலைப்படாத. நான் அவர்களைப் பார்ட் பார்ட்டா களட்டிடறேன்!' என்றார்.

'மைக்கல் சார். நீங்க எனக்கு ஒரு உதவி செய்யணும்?'

'என்ன!'

'இந்தச் செய்தியை நான் தொடர்ந்து எழுதப் போறேன்.'

'நல்ல கரேஜ் மேன் உனக்கு!'

'இதை எழுதறதிலே நிறையத் தடை இருக்கு. நிறைய இடைஞ்சல் வரது...'

'தனியா ஒரு ரூம்லே கொஞ்சநாள் அப்ஸ்காண்ட் ஆயிடறியா?'

'வேண்டாம். கோபியை நான் பார்த்தேன். அவருகூட என்னைத் தொடர்ந்து இந்த விவகாரத்தைத் தோண்டச் சொன்னார். அவர்

போலீஸ் பந்தோபஸ்து வேணும்னா தரேன்னு சொன்னார். எனக்கு இப்ப அது வேணும். அதனாலே நீங்க கோபிநாத் பி.ஏக்கு டெலிபோன் செய்து...'

'ஓ.எஸ். டன். இதுக்கென்ன? செஞ்சுடறேன். நீ நல்லா ரெஸ்ட் எடுத்துக்கிணு ஆபீஸ்க்கு வா.'

மார்க்ரெட்டைப் பார்த்துக்கொண்டே இன்னும் கொஞ்சம் நிவாரணம் பெற்றுக்கொண்டிருந்தபோது மைக்கல்... 'பை தி வே இன்னிக்குப் பேப்பர் பார்த்தியா?' என்றார்.

'என்ன?'

'உனக்கு வந்ததே லவ் லெட்டர்! பயமுறுத்தல் கடுதாசி! அதை அப்படியே ரெண்டு பேப்பர்லேயும் கட்டம் போட்டு ப்ளாக் எடுத்து பப்ளிஷ் பண்ணிட்டாங்க!'

மைக்கல் அட்டகாசமாகச் சிரித்து, 'இப்ப அந்த ...யாப்பையங்க என்ன செய்யறாங்க பார்க்கலாம்! நீ கவலைப்படாதே! கடைசி வரைக்கும் நான் இருக்கேன்! கோபிநாத் வேற இதிலே இன்டரஸ்ட்னு தெரியுது... பத்திரிகை சர்க்குலேஷன் எகிறிடும்!'

நான் ஆஸ்பத்திரியிலிருந்து வீட்டுக்குத் திரும்பின தினம் வாசலில் ஓர் ஆள் நின்றுகொண்டிருந்தான். அவனைக் கிட்ட விசாரித்ததில் மப்டியில் இருந்த போலீஸ்காரன் என்று தெரிந்தது. தெம்பு வந்தது. ஆபீசுக்குப் போகலாம் என்று தோன்றியது. நான் அன்று பிற்பகல் ஆபீசுக்கு கிளம்புகையில் எதிர்க்கடையிலிருந்து வெளிப்பட்ட அந்த மப்டி போலீஸ்காரன், 'எங்கே போறீங்க?' என்றான்.

'ஆபீசுக்கு.'

'ஸ்கூட்டர் அல்லது டாக்ஸி புடிச்சுப் போங்க! சில நாளைக்கு பஸ் ரெயில் வேண்டாம்! நீங்க ஸ்கூட்டர் புடிக்கிறவரைக்கும் கூட வர்றேன்' என்றான்.

இப்போது தெம்பாகவும் பெருமையாகவும் இருந்தது. கோபிநாத் போன்ற சொன்ன வாக்கைக் காப்பாற்றும் மந்திரிகளிடம் மரியாதை பிறந்தது. பெரியவர்? அவரா!

அப்படி மெலிதான சந்தேகத்தைக் கோடிகாட்டித்தான் அன்று செய்தி வெளியிட்டேன்.

...உங்கள் நிருபரை உடைக்கப் பாடுபடுபவர்கள் ஒரு கோஷ்டியே இருக்கிறார்கள்.

ஏன் என்பது இப்போது மெலிதாகப் புரிய ஆரம்பித்துவிட்டது. இறந்த பெண், அரசியலில் சற்றுப் பெரிய கையிடம் சில தினங்கள் இருந்திருக்கிறாள் என்று தெரிகிறது.

ரூபாவின் அம்மா பிடிவாதமாக இளமையின் ஓட்டத்துடன் போராடி, பின்னது ஏறக்குறைய வென்றிருந்தது அவள் முகத்தில் தெரிந்தது. எத்தனையோ தடவை சாயம் பூசப்பட்டு பழுப்பாகி விட்ட கேசம், அடக்கிக் கட்டப்பட்ட வயிறு, பெரிதான உதடுகள், லிப்ஸ்டிக். சுவரில் அவளது சின்ன வயது ஜெமினி யுகத்துப் படங்கள் மாட்டப்பட்டிருந்தன. வசுந்தரா தேவி, பி.எஸ்.சரோஜா. சமயங்களில் இவளும் அழகாக இருந்திருக்க வேண்டும்.

'நோட்டு கிடைக்கலியா?'

லதாங்கியும் ரூபாவும் கான்வென்ட் உடுத்துக்கொண்டிருந்த மற்றொரு படம்.

லதாங்கியின் கண்களில் இருந்த குழந்தைத்தனம்... அப்புறம் இரண்டு பெண்களும் வளர வளர மொட்டை மாடியில், ஸ்டுடியோவில், காலேஜ் மகிழ்ச்சிச் செலவில்... நிறுத்தி வைத்த அத்தனை கணங்களிலும் போட்டோக்களில் லதாங்கியின் வளர்ச்சியையும் முன்னேற்றத்தையும் பார்த்தேன். ஏன் இறந்தாய்?

'கிடைக்கலிங்கம்மா! கிடைச்சா உடனே உங்க கிட்டே குடுக்கறதிலே எனக்கு ஒருவித ஆட்சேபணையும் கிடையாது.'

'இப்ப நீங்க எதுக்கு வந்தீங்க?'

'லதாவைப் பற்றி மேலே ஏதாவது...'

'பேப்பர்லே போடறதுக்கா...'

மௌனமாக இருந்தேன்.

'ஏற்கெனவே அவளைப்பத்தி நிறைய எழுதி சந்தி சிரிச்சாச்சுன்னு நினைக்கிறேன். இன்னிக்கு ப்ரொவிஷன் ஸ்டோர்ஸ்ல தெரிஞ்சவங்க கேட்கறாங்க, என்னம்மா உங்க பொண்ணு செத்தப்புறம்

ரொம்ப பிரபலமாயிடுச்சே! அவளை யாரோ அரசியல்காரங் கள்ளாம் வெச்சுக்கிட்டிருந்ததாக...'

மௌனமாகவே இருந்தேன். 'ஹலோ' என்று குரல் கேட்டுத் திரும்பி ரூபாவைப் பார்த்தேன்.

'என்ன, மறுபடி லதாவா?' என்றாள்.

'ஆமாம்!'

'அம்மா நீ தத்துபித்துன்னு ஏதாவது உளறாதே. பேப்பரிலே போட்டுடுவார் நிருபர்... அவமானம் போறும்.'

'அதையேதான் நான் சொல்லிக்கிட்டிருந்தேன்.'

'மிஸ் ரூபா! நான் என்னுடைய கட்சியையும் சொல்லக் கடமைப் பட்டிருக்கிறேன்! இதோ என் கையைப் பாருங்கள், வெட்டு... என் முதுகில் கீறல் காயங்கள், என் விரலில் நிறைய வலி... அடி உதை சேதம்! எல்லாம் உங்கள் அக்காவைப்பற்றி எழுத ஆரம் பித்த உடனே எனக்கு ஏற்பட்டிருக்கிறது. ஏன்? தெரியவில்லை. உங்கள் அக்காவின் வினோத வாழ்க்கையில் சிலர்... குறுக் கிட்டிருக்கிறார்கள்...'

'பல பேர்!' என்றாள் தாய்.

'நான் உங்களிடம் வாக்குக் கொடுக்கிறேன். உங்கள் பெண்ணின் பெயரைத் தேவைக்குமேல் உபயோகப்படுத்த மாட்டேன். இந்த விவகாரம் சற்றுத் தீவிரமாகப் போய்விட்டது. உங்களுக்கு ஒரு வழுக்கை ஆசாமி பணம் கொடுக்கிறேன், லதாங்கியின் டயரியைக் கொடு என்று சொன்னானா இல்லையா?'

'சொன்னான்.'

'இதே ஆள் என்னிடமும் வந்தான்; நூற்றுக்கணக்கான நோட்டை நீட்டினான். எதற்கு? அதே புத்தகத்துக்கு... எனவே...'

'எனவே?'

'உங்களுக்கும் ஒருவித பண ஆசை இருந்ததால்தானே என்னிடம் வந்து அந்த டயரி இருக்கிறதா என்று கேட்டீர்கள்?'

ரூபா கீழே பார்த்துக்கொண்டு 'அதைப்பற்றி எழுதுகிறீர்களே, உங்களிடம் இருக்கும் என்று நினைத்தோம்' என்றாள்.

'ரூபா, என்னை நீங்கள் நம்பலாம்! உங்க அக்கா கொலை செய்யப் பட்டிருக்கிறாள். கொலையைத் தற்கொலை என்கிறார்கள். அதைப்பற்றிச் சந்தேகப்பட்டு எழுதின எனக்கு அடி விழுகிறது. உங்கள் லதா இறந்துபோனதைப் பற்றிய சரியான உண்மையைத் தெரிந்துகொள்வதில் ஆர்வமில்லையா உங்களுக்கு?'

'என் பெண் நிறையச் சம்பாதித்தாள். நிறையச் செலவழித்தாள். நிறையச் சந்தோஷமாக இருந்தாள். நிறைய அழுதாள். அவளுக்கும் ...க்கும் சம்பந்தம் ஏதும் இருப்பதாகத் தெரியுமா உங்களுக்கு?'

'இருந்திருக்கலாம்!'

'இந்த அரசியல்காரர்கள் அத்தனை பேரும் பொய் ஆசாமிகள். வெளியே எல்லாரும் எனக்கு மதர், சிஸ்டர் என்று பேசுவார்கள்! சார், நீங்கள் உங்கள் கடமையைச் செய்யுங்கள். இவர்கள் எல்லாரையும் எக்ஸ்போஸ் பண்ணலாம். நான் உங்களுக்கு உதவி செய்கிறேன்!' என்றாள் ரூபா.

எனக்குச் சந்தோஷமாயிருந்தது. மறுதினம் லதாங்கி சட்ட சபைக்குள் நுழைந்தாள்.

11

சட்டசபையில் அன்று ஒரு சாதாரண தினம். அரசு ஊழியர்களின் சம்பளத்தை நிர்ணயிக்க அரசு அமைத்திருக்கும் ஊதியக்குழு ஒன்றைப் பற்றி நிதி அமைச்சரின் அறிக்கையை அடுத்து உப்பில்லாத ஒரு விவாதம் நடந்துகொண்டிருந்தது. பெரும் பான்மையான எம்.எல்.ஏ.க்கள் வெளியே காண்டீனில் காப்பி குடித்துக்கொண்டோ ஹாஸ்டலை நோக்கி நடந்து கொண்டோ இல்லை, தத்தம் தொகுதிகள் பற்றிய தன்னலமான விஷயங்களிலோ ஈடுபட்டிருந்தார்கள். அப்போது கோபிநாத் திடீரென்று உள்ளே நுழைந்தாராம். 'அரசாங்க ஊழியர்களின் சம்பளம் இருக்கட்டும். அவர்கள் நாணயம் ஒழுக்கம் பற்றி இப்போது கேட்க விரும்புகிறேன்' என்றாராம். சபாநாயகர் நிதி மந்திரியைப் பார்க்க, நிதி மந்திரி கோபிநாத்தைப் பார்க்க, 'நண்பர் எந்தச் சூழ்நிலையில் எந்த ஊழியரைப் பற்றி எந்த ஒழுக்கத்தைப் பற்றிப் பேசுகிறார்?' எனக் கேட்க, 'அரசின் மிக முதன்மையான ஊழியரின் ஒழுக்கத்தைப் பற்றிய பிரச்சனை இது. தின ஒளியின் சமீபத்திய இதழ்களைப் படித்தீரா?' என்று கேட்க, சபாநாயகர், 'குறிப்பாக ஏதாவது உண்டா?' என்று கேட்க, 'ஒரு பெண்ணின் மரணம் பற்றி' என்று பதிலளிக்க, 'அதற்கும் தற்போதைய ஒழுக்கப் பிரச்னைக்கும் என்ன தொடர்பு?' என்று வினவ, 'தொடர்பா? சொல்கிறேன்' என்று தொடங்கிய கோபிநாத்தின் சட்டசபைப் பேச்சின் ஒரு பகுதியை இப்போது தருகிறேன்.

'லதாங்கி ஒரு இளம் பெண். வசிப்பது-வசித்தது மயிலாப்பூர். மாலை வேளைகளுக்கென்றே உள்ள ஒரு பகுதி. இவள் சென்ற சூன் திங்கள் பத்தொன்பதாம் நாள் மாலை தற்கொலை செய்து கொண்டு இறந்ததாகச் செய்தி வந்ததைத் தொடர்ந்து வரும் செய்திகளில் மறைமுகமாகக் காட்டப்பட்டிருக்கும் விஷயங் களில் இந்த லஞ்சமே இல்லாத அரசு கொஞ்சம் கவனம் செலுத்த வேண்டும். அந்தப் பெண் செய்துகொண்டது தற்கொலையா என்று சந்தேகப்படுகிறது அந்தப் பத்திரிகைக் குறிப்பு. தற்கொலை என்பது போலீஸ் கண்துடைப்பு என்று சந்தேகிக்கக் காரணம் இருக்கிறது என்கிறது பத்திரிகை. போகட்டும்; இந்த அரசில், கொலைகள் தற்கொலைகளாக மாறுவது இயல் பானதே. ஆனால்... ஆனால் அந்தப் பத்திரிகையின் நேற்றைய இதழில் வெளிவந்த குறிப்பு என் இதயத் துடிப்பைத் தடுத்து நிறுத்தியது. அந்தப் பெண்ணுக்கும் நம் தலைவருக்கும் தொடர்பு இருப்பதாகச் சொல்கிறதே செய்தி. இந்த அவதூறை அனுமதிக்க லாமா?'

சபா: தலைவர் என்று நீர் யாரைக் குறிப்பிடுகிறீர்?

கோபி: இதைச் சொல்லவேண்டுமா?

சபையில் அதை அடுத்து மிகுந்த பரபரப்பு ஏற்பட்டு முதல்வர் இல்லாததால் நிதி அமைச்சர் சில காட்டமான சொற்களை உபயோகப்படுத்த, கோபிநாத் அந்த வார்த்தைகளைத் தூக்கிச் சாப்பிடும்படியாக அதிகக் காட்டமான சொற்களை உபயோகப் படுத்த, குற்றச்சாட்டுகள் பறக்க, கோட்டையில் தம் அலுவலகத் திலிருந்து மிக அவசரமாகத் தருவிக்கப்பட்ட முதல்வர் வந்ததும், சபை அமைதி அடைந்து அவர் உதடுகளிலிருந்து வரும் சொற் களுக்காகக் காத்திருந்தது. இதற்குள் பத்திரிகைக்காரர்கள் அனை வருக்கும் செய்தி பறந்து நாங்களும் சட்டசபையை அடைந்து விட்டோம்.

முதல்வர், கோபிநாத்தின் வயதினரே. சற்று மெல்லிய உருவம். தீர்க்கமான கண்கள். பெரிய உதடுகள். தலை முழுவதும் வெண்மை நரையின் அடர்த்தி, பார்க்க ஏதோ ஒரு காலேஜ் புரொபசர் போலிருந்தார். கோபிநாத்தின் குற்றச்சாட்டைப் புன்னகையுடன் மறுபடி கேட்டிருந்துவிட்டு, 'நான் தினசரி படிக்கவில்லை' என்றார்.

சபையில் அது கொண்டு வரப்பட்டது. நாங்கள் ப்ரெஸ் பகுதியில் உட்கார்ந்திருக்க, அந்தச் செய்தி - நான் எழுதிய செய்தி - சட்ட சபையில் நிறுத்தி நிதானமாக வாசிக்கப்பட்டது. என் ரத்த அழுத்தம் அதிகமாகிக் காதில் சூடாகவே உணர்ந்தேன். ஏதோ தெரியாத்தனமாக ஒரு ஸ்விட்சைப் போட ஓர் அணையே மடை திறந்தது போல் இருந்தது.

அமைதியாக அந்தச் செய்தியை அதே நிலைமாறாத புன்னகை யுடன் கேட்டார். கோபிநாத்தைப் பார்த்து, ‘இதில் என்னைப் பற்றி எதுவும் இல்லையே!’

‘இதில் கூறப்பட்டிருக்கும் பெரிய தலை தாங்கள்தான் என்பது பரவலான அபிப்பிராயம்.’

‘நண்பர் கோபிநாத் நிலைகுலைந்து நேர்மை இழந்துவிட்டார். இந்த அபாண்டம் அனாவசியமானது. இந்தப் பெண்ணுக்கும் எனக்கும் எவ்விதச் சம்பந்தமும் இல்லை. எனக்குத் தெரிந்த ஒரே ஒரு இளம்பெண் என் அன்புக்கும் முத்தங்களுக்கும் பாத்திரமான என் ஒன்பது வயதுப் பெண்! திருமதி லதாங்கி போன்ற நிழலான ஜனங்களைப் பற்றி நான் தெரிந்துகொள்ள நண்பர் கோபிநாத் தான் உதவவேண்டும்’ என்றார்.

சபையில் பெஞ்சு தட்டினார்கள். ‘ஒரு பெண் தற்கொலை செய்து கொண்டாளா? அல்லது கொலை செய்யப்பட்டாளா என்று சந்தேகப்பட்டு மாநிலத்தின் மிக முக்கியமான பத்திரிகை ஒன்று செய்தி தருகிறது. இந்த அரசு வாளாவிருந்திருக்கிறது. இதற்கு என்ன அர்த்தம்? அரசாங்கப் பக்கபலத்துடன்தான் கொலை தற்கொலையாகி இருக்கிறது என்றுதானே?’

‘அபத்தம்’ என்றார் நிதி மந்திரி.

‘இருங்கள். பேசட்டும். சமீபத்தில் இவருக்கு ஏற்பட்ட கருத்து இது’ என்றார் முதல்வர்.

சிரிப்பு.

நெருப்பானார் கோபிநாத். ‘இந்த பெண் இறந்ததைப் பற்றிச் சிரிக்கிறார். போலீஸூம் நீதி இலாகாவும் உம் கையில் இருக்கை யில் சிரிக்க முடிகிறது. கொலையைத் தற்கொலை ஆக்க முடிகிறது.’

இதற்குப் பெரியவர், 'நண்பர் விரும்புவது என்ன? அந்த வழக்கு மறு விசாரணை செய்யப்படவேண்டும் என்பதுதானே?' என்றார்.

'போதாது.'

'முதலில் அதைச் செய்வோம்.'

'தாயின்மேல் ஆணையாக உங்களுக்கும் அந்தப் பெண்ணுக்கும் எவ்விதத் தொடர்பும் இல்லை. என்கிறீர்களா?'

'தாய்! எந்தத் தாய்? உம் தாயா? என் தாயா? தமிழ்த் தாயா? இல்லை, அந்தப் பெண்ணின் கன்னித்தாயா?'

'இதற்குமேல் சபையைக் கட்டுப்படுத்த முடியாமல் ஆரவாரக் கூச்சல் எல்லாம் அதிகமாகி எங்கள் பென்சில்கள் உடைபட்டு, போலீஸ் உள்ளே வர-

கோபிநாத் வாழ்க! ஒழிக!

மக்கள் தலைவன் வாழ்க!

யார் வாழ்க, யார் ஒழிக என்பது தெரியாது திணறி நான் வெளி வந்து ஜெஃப்ரீஸில் பாச்சா கணக்கில் ஒரு சாக்லெட் சண்டே ஆர்டர் செய்து, அந்த ஐஸ்கிரீம் நெஞ்சுக்குள் தந்த இதத்தில் முதல்வர் கண்ணனின் எதிர்காலத்தை எண்ணிப் பார்த்தோம்.

'இன்னும் ஒரு வாரம்கூடத் தாங்கமாட்டார்' என்றார் பாச்சா.

'நாலு நாள்' என்றார் ஒரு நிருபர். எல்லோரும் என்னைப் பார்த் தார்கள். 'கை குடுடா! கவர்ன்மெண்ட்டையே கவுக்கப் போறடா! அதுக்காவே ஒரு பீக்-க-பூ சாப்பிடலாம்!'

அவர்கள் சிரித்துப் பேசிக்கொண்டிருக்கையில் எனக்கு வயிற்றைப் புரட்டியது.

ஆபீஸ் மாடி ஏறும்போது எனக்கு அந்தப் பயம் அதிகமா யிருந்தது. எனக்கு எவ்வளவு தெரியும்? ஒரு பெண் இறந்தாள். ஒரு டயரியின் சில பக்கங்களைச் சில கணங்கள் பார்த்தேன். அதைச் சிலர் என்னிடம் கேட்கிறார்கள்... இதுதான் செய்தி. மற்ற விஷயங்கள் எல்லாம் நடுவே ஒட்டவைத்தவை. எவ்வளவு தூரம் நான் இதில் உண்மை சொல்லியிருக்கிறேன்?

'எது செய்தி எது ஸ்காண்டல் எது லைபெல்னு தெரியணும்.'

மைக்கல் எனக்காகக் காத்திருந்தார். 'கங்ராஜுலேஷன்ஸ் பாய்!'

நான் உற்சாகமில்லாமல் கை குலுக்கினேன். 'யூ ஹிட் த ஹெட் லைன்ஸ் மேன்! அதுக்குள்ளே எத்தினி போன் கால் தெரியுமா? ஒரு சின்ன வாஷிங்டன் போஸ்ட் வாட்டர்கேட் ஆயிடுச்சு. அவ்வளவுதான். உங்க சி.எம். காலிங்கறாங்க. கோபிநாத் டைரக்டா அட்டாக் பண்ணிட்டாரு. கில்லாடி!'

'நான் போயிருந்தேன் சார்.'

'உன் பேரை எவ்வளவு பேர் கேக்கறாங்க தெரியுமா? இனிமே கர்ல்ஸ் வந்து ஆட்டோகிராஃப் கூட கேப்பாங்க. கேட்டா மார்மேலே போடறேன்னு சொல்லு!'

'சார், இந்த ஸ்டோரியைத் தொடர்ந்து எழுதணுமா?'

'அஃப்கோர்ஸ்! இனிமேத்தானே இண்டரஸ்ட்? பாட்னா லேருந்து ஒரு லோக்கல் டெய்லி ட்ரங்க்கால் போட்டு ஒரு எக்ஸ்க்ளூஸிவ் கேட்டிருக்கான்! இனிமே இது இண்டியா பூரா பரவிடப் போறது... வீட்டுக்கு வரியா? கொஞ்சம் விஸ்கி போட லாம். என் பிரதர்-இன்-லா ஷிப்புலேர்ந்து ஒரு பாட்டில் ஷீவாஸ் ரீகல் கொண்டு வந்திருக்கான். சிஸ்டர் ஜேசப்பின் வந்திருக்குது!'

சிஸ்டர் என்றதும் எனக்குச் சுமதியின் ஞாபகம் வந்தது.

'முருகா!'

'நாளைக்கு சேட்டுகிட்டச் சொல்லி உனக்கு ஒரு ரெய்ஸ் வாங்கித் தறேன்! வெரிகுட்! நீ பெரிய ஆளா வருவே.'

எதற்காக இதெல்லாம்? ஒரு தேன்கூட்டைக் கலைத்ததற்காகவா!

'விஸ்வநாத், ஒண்ணு மட்டும் ஞாபகம் வெச்சுக்க. இனி இந்த ஸ்டோரி உன் சொத்து. உனக்கு ஜனங்கள் அதிகம் ட்ரபிள் கொடுப்பாங்க. அந்தப் பொண்ணு அட்ரஸ் கேப்பாங்க. போட்டோ கேப்பாங்க. அப்புறம் அந்த டயரியைக் கேப்பாங்க. தொலைஞ்சு போச்சுன்னா அவங்களும் நம்ப மாட்டாங்க, நீயும் மிஸ்டீரியஸாவே இருந்துக்க. நாளைக்குப் பாரு ஹெட் லைன்ஸை.'

நிஜமாகவே என் முகத்தில் அறைந்ததுபோல் தலைப்புச் செய்தி கள் உயர நின்று கறுப்பில் அலறின. ஹிந்துகூடக் கொஞ்சம் பழசை மறந்துவிட்டு, சற்று கொட்டை எழுத்துகளில் பவ்யமாக, 'குற்றம் சாட்டப்படுவதாகக் கூறப்படுகிறது' என்று தாமரை இலைத் தண்ணீராக எழுதியிருந்தது. தினத்தந்தி, மக்கள் குரல், தினமணி, மித்திரன், அலை ஓசை, முரசொலி... ஒவ்வொரு வரும் தத்தம் விசுவாசங்களுக்கு ஏற்ப-

'அபாண்டக் குற்றச்சாட்டு!'

'இன்னும் எத்தனை நாட்கள்?'

'லதாங்கியை எனக்குத் தெரியாது!'

'CM's alleged connection with suicide'

எல்லாவற்றிலும் தின ஒளி நிருபர் விஸ்வநாத் என்பவருக்கு நிகழ்ந்த வினோத அனுபவங்கள் பட்டியல் இடப்பட்டிருந்தன. ஆபீஸில் எனக்கு டெலிபோன்மேல் டெலிபோனாக வந்து கொண்டிருந்தது. என் நண்பர்கள், பெண்கள், பரிச்சயமில்லாத வர்கள்... எதிரிகளும்!

'அப்ப அய்யா பெரிய ஆளாய்ட்டிங்க போலிருக்குது?'

'ஹலோ! யாரு?'

'நான்தான் தம்பி. உங்க நண்பரு, ஆஸ்பத்திரிலேர்ந்து வந்த உடனே எளுத ஆரம்பிச்சுட்டியே! உன்னை என்னன்னு செய்றது? உனக்கு அறிவிருக்குதா? கொஞ்சமாவது பயம் இருக்கா? ஆஸ்பத்திரியிலே பார்ட் பார்ட்டா களட்டி மாட்டினமே போதாதா? இன்னும் உதை தாங்குமாய்யா உன் பாடி! வீட்டிலே ஒரு தொத்தப் போலீசை வெச்சுட்டாப் போதும்னு நினைச்சுக் கினியா? உன்னை மவுண்ட்ரோடிலே நடு சென்ட்டரிலே கிளிச்சுப் போட முடியும் எங்களாலே. எங்க தலைவரை என்னன்னுடா நினைச்சிக்கினே! தேவ...'

டெலிபோனை வைத்துவிட்டேன். சட்டசபையில் பார்த்த சாத்வீகமான மனிதரையும் இந்த மாதிரி வெற்றுக் குண்டர் களையும் தொடர்புபடுத்துவது எனக்குச் சிரமமாக இருந்தது. அவரை எனக்குத் தெரியாது.

தின ஒளியின் முதல் பக்கத்தில் நான் எழுதுவதற்காக ஒரு கட்டம் காத்திருந்தது. மூன்றாம் பக்கத்திலிருந்து முதல் பக்கத்துக்கு

எனக்கு ப்ரமோஷன் ஆகிவிட்டது. நான் எழுதப்போவதை மற்றப் பத்திரிகைகளும் இனி பிரசுரிக்கப்போகின்றன. திடீர் என்று என் பெயர் நமது நகர நிருபர் என்கிற அனாமத்திலிருந்து எம்.கே. விஸ்வநாத் ஆக மாறிவிட்டேன். ரெட்டிபோல நான் இனி ஒரு காலம்னிஸ்ட்! நிருபன் அல்ல.

சந்தோஷப்படவே தோன்றவில்லையே.

மாலை ஏழு மணிக்கு வீட்டுக்குச் சென்றேன். வினோதா 'மூன்று வீரர்கள்' என்கிற சினிமா பார்க்கவேண்டும் என்றாள். சனிக்கிழமை அழைத்துப்போவதாகச் சொன்னேன்.

'வினோதா, இது ஏது பட்டுப் பாவாடை?' என்றேன்.

'நன்னா இருக்கா அண்ணா?'

'இது ஏது?'

'முருகன்னு ஒருத்தர் வரலை, சுமதியோட ஃப்ரண்டு... அவர் வாங்கிக் கொடுத்தார்.'

'என்னது? அறிவு கெட்டவளே!'

அவள் மிரண்டு பார்த்தாள்.

'என் கண் முன்னால் இந்தப் பாவாடையோட நிற்காதே' என்று சீறினேன்.

அவள் உள்ளே ஓட, நான் அம்மாவைக் கூப்பிட, பக்கத்து ஃபார்மஸியிலிருந்து எனக்கு டெலிபோன் வந்திருப்பதாகச் செய்தி வந்தது.

'ஹலோ?'

'உடனே ஆபீசுக்கு வாய்யா. ராஜினாமா கொடுத்துட்டாரு!'

12

சென்னையில் ஏறக்குறைய எல்லோரும் தூங்கிக் கொண்டிருக்கிற சமயம் நான் ஆபீசை அடைந்தேன். உக்கிரமான விளக்குகளின்கீழ் ரோட்டரி செய்திப் பசியுடன் காத்திருக்க எல்லோரும் வெள்ளமாக டீ குடித்துக்கொண்டு விழித்திருந்தார்கள். முதல்வர் கண்ணனின் அவசர ப்ரெஸ் கான்ஃப்ரன்ஸிலிருந்து திரும்பி வந்திருந்த நஸீரை எல்லோரும் சூழ்ந்திருந்தார்கள்.

'அவ்வளவுதான்யா அந்த ஆள். அவருடைய பொலிட்டிக்கல் காரியர் முடிஞ்சுபோச்சு.'

'ராஜினாமாவே கொடுத்திட்டாரா?'

'க்ளீனா கொடுத்துட்டாரு. கட்சியோட பின்பலம் இல்லைன்னா என்ன செய்வான் மனுஷன்? அவர் கொடுத்த செய்தியைப் படிக்கிறேன் கேளு.'

> அன்புக்குரிய தாய்மார்களே, மரியாதைக்குரிய பெரியவர்களே!
>
> நாம் தொடங்கிய இந்த நல்லாட்சிக்குக் களங்கம் விளைந்து விட்டது. களங்கம் தாற்காலிகமானது. நிலவை மறைக்கும் முகில் போன்றது என்று நீங்கள் கூறலாம். இருந்தும் அது என்மேல் ஏற்பட்ட களங்கமே. அது நீங்கும்வரை நான் என் பதவியிலிருந்து விலகி நிற்க விழைகிறேன். மக்கள் தீர்ப்பே மகேசன் தீர்ப்பு. உங்கள் முன்பு குற்றம் சாட்டப்பட்டு நிற்கும்

யான் அது உண்மைக் குற்றமா, பொய்க் குற்றமா என்று நீங்கள் சொல்லும்வரை விலகி நிற்கிறேன்! நல்ல தீர்ப்பாயிருந்தால் திரும்ப அழையுங்கள், வருகிறேன். நான் குற்றவாளி என்றால் தண்டனை கொடுங்கள், பெறுகிறேன்.

'ஏன் இப்படி ஓவரா ரியாக்ட் பண்ணியிருக்கார்?' என்றார் பாச்சா.

'முக்கியமாக அவருக்கு சப்போர்ட் போயிடுச்சு. கோபிநாத் அந்தப் பொண்ணு கேஸைப் பெரிசாப் பண்ணி பப்ளிக்கா ஆக்கி சாக்கடையைத் திறந்து விடறதைவிட இந்த மாதிரி விலகிக்கிறது கொஞ்சம் பெட்டர் இல்லை?'

'அந்தப் பெண்ணுக்கும் பெரியவருக்கும் ஏதாவது இருந் திருக்கும்கறீங்களா?'

'நம்ம விசுவைக் கேட்கலாமே? என்னய்யா வால்டர் லிப்மன்! என்ன செய்றிங்க?'

'உங்களுக்கு எவ்வளவு தெரியுமோ, அவ்வளவுதான் எனக்கும் தெரியும்.'

'அப்ப அந்த லதாங்கி யாரோட கீப்னு கண்டுபிடிக்க வேண்டாமா?'

'இன்னிக்கு விலகலேன்னா நூறு எம்.எல்.ஏ. கிட்ட கையெழுத்து வாங்கி ரெடியா வெச்சிருக்காரு கோபி. கவர்னரை ராத்திரி பன்னெண்டு மணியானாலும் எழுப்பி அதைக்காட்டி...'

'இப்பக்கூட கவர்னர்கிட்ட போகாம இருந்திருப்பாங்களா? ரெண்டு பேரும் போயிருப்பாங்க?'

'நஸீர்! இப்ப நீ கண்ணன் ஸ்டேட்மெண்ட் வாசிச்சே இல்லை? கோபி என்ன சொல்றான் பாரு...

பாச்சா கண்ணாடியைத் துடைத்துக்கொண்டு படித்தார்.

பேரன்பு கொண்ட தாய்மார்களே, பெருமைக்குரிய தமிழ் மக்களே!

அரசு நடத்தும் பொறுப்பில் இருப்பவர்கள் வல்லவர்களாக மட்டும் இருந்தால் போதாது, நல்லவர்களாக இருக்கவேண்டும். நாநயம் போதாது, நாணயம் வேண்டும்...

‘ரெண்டு பேருக்கும் ஒரு ஆளே ஸ்பீச் எழுதிக்கொடுத்திருக்கான். சாரத்தைச் சொல்லுங்க பாச்சா. நடு ராத்திரியிலே செந்தமிழ் கேட்டா ஒரு மாதிரி ஆயிடறது.’

‘கலைக்க வேண்டாம், நான் மாற்று அரசாங்கம் நடத்திக் காட்ட றேன் என்கிறான். நாளைக்கு கவர்னர் மாளிகையிலேன்னா இருக்கு ரகளை!’

‘இது எல்லாத்துக்கும் காரண புருஷன் இங்கே அச்சாபீசிலே உக்காந்துண்டு பதினஞ்சு பைசா சிங்கிள் டீ சாப்பிட்டிண்ருக்கே!’

‘என்னை என்ன பண்ணச் சொல்றீங்க?’ என்றேன்.

‘ப்ரமோஷன் கேளுடா. கொஞ்சமாவா அலைஞ்சிருக்கே? எவ்வளவு அடி உதை வாங்கியிருக்கே... எத்தனை கஷ்டப் பட்டிருக்கே... சும்மாவா?’

‘இவ்வளவு நடந்தும் கதை முடியலியே சார்! எனக்குக் கண்ணனை அப்படி நினைக்க முடியலை...’

‘அதான் கண்ணனோட சாமர்த்தியம்! இந்தப் பூனையும் இந்தப் பாலைக் குடிக்குமான்னு! விவகாரம் முடிஞ்சு போச்சு’ என்றார் பாச்சா.

அது முடிவா, ஆரம்பமா என்பது மறுதின மின்னல் வேக நிகழ்ச்சி களின் அவசரத்தில் தெரியவில்லை.

காலையில் கவர்னர் மாளிகையில் கண்ணனின் ராஜினாமா ஒப்புக் கொள்ளப்பட்டது. கட்சிக் கூட்டத்தில் கோபிநாத் தலைவராகத் தேர்ந்தெடுக்கப்பட்டார். கவர்னர் டெல்லியுடன் டிரங்க் காலில் வியர்த்து விறுவிறுத்தார். கோபிநாத் பிரதமருடன் தனியாகப் பேசினார். எல்லா அமர்க்களங்களும் நடந்தபின் கோபிநாத்தை கவர்னர் புதிய மந்திரிசபை அமைக்க அழைத்தார்.

இரண்டு தலைவர்களின் சார்பிலும் ஊர்வலங்கள் சுயமாகப் புறப்பட்டு, எங்கள் ஆபீசின் கீழ்ப் பகுதியில் இருந்த கண்ணாடி எல்லாம் சில்லுசில்லாகப் பெயர்ந்து விழுவதை நாங்கள் மாடி யிலிருந்து திகிலுடன் செயலற்றுப் பார்த்துக் கொண்டிருந்தோம். ஊரடங்கு உத்தரவு அமுலாகி ஹெல்மெட் போலீஸ் வந்தது. அந்த இடத்தைக் கண்ணீர்ப் புகை மண்டலமாக்கி நூற்றுக்கணக் கான பேர்களை நீல லாரியில் அடைத்துச் செல்ல அந்த இடம்

துப்புரவாகக் காலியாகி ஏதோ ஒன்றிரண்டு செருப்புக்களும் ஒரு திட்டு ரத்தமும்தான் பாக்கியிருந்தன.

'ஓ, ஹலோ! மறுபடி நீங்களா?' என்ற ரூபா, 'அம்மா ரிப்போர்ட்டர் வந்திருக்கிறார்!' என்றாள்.

'நான் அம்மாவைப் பார்க்க வரவில்லை.'

'பின்?'

'உங்களைப் பார்க்க வந்தேன்.'

'எதற்கு? காதலா?'

'ஜஸ்ட் லைக் தட். ஆறுதலுக்கு, உங்கள் அழகுக்கு...' என்றேன்.

'பரிச்சயமான வாக்கியம் இது. ஒரு போயிங் பைலட் இப்படித் தான் ஆரம்பிப்பான்.'

'ஆரம்பித்து?'

'ஹி இஸ் வெய்ட்டிங் டு லே மி.'

அதிர்ச்சியுற்றேன். மட்டமான விஷயங்களை இங்கிலீஷில் எவ்வளவு சொகுசாகச் சொல்லிவிட முடிகிறது!

'நான் உங்களைப் பார்க்கவந்ததில் எந்தவிதமான ஹரிஸாண்டல் இன்டென்ஷனும் இல்லை.'

அவள் சிரித்தாள். தொடர்ந்தேன். 'என்னை ஒரு கவலை நிழல் போலத் தொடர்கிறது. என் ஆபீசில் நிம்மதியில்லை. வீட்டில் நிம்மதியில்லை. உங்கள் அக்காவின் கதையைத் தெரியாத் தனமாக எழுதப்போய் அது இவ்வளவு விபரீதத்துக்குக் கொண்டு போய்விட்டது. யாரிடமாவது சொல்லி அழலாம் என்று தோன்றியது. உங்களைத் தவிர வேறு யாரும் தோன்றவில்லை.'

ரூபா இப்போது என்னைப் பார்த்ததில் சற்று அனுதாபம் இருந்தது. அவளைக் கிட்டப்போய் தொட்டுப் பார்த்தால்தான் உண்மையானவள் என்று தெரிந்துகொள்ளலாம் என்று தோன்றியது. இங்கிருந்து பார்ப்பதற்கு நம்பமுடியாத மென்மை யுடனும் நம்ப முடியாத நாஸுக்குடன் இருந்தாள். அவள் ஸாரி விலகி மார்பு தெரிந்ததில் கள்ளத்தனமோ வேணுமென்ற

தனமோ எதுவும் தெரியவில்லை. இயற்கையாக இருந்தது. அவள் அப்படியே சுற்றிச் சுற்றிப் புடவையைக் களைந்து உள்ளுடைகளில் நின்றாலும் அதில் அசிங்கம் எதுவும் இராது.

'என்ன பார்க்கிறீர்கள்?' என்றாள்.

'இன்றைக்கு எந்த ஊருக்குப் போகவேண்டும்?' என்றேன்.

'பங்களூர். ராத்திரி ஃப்ளைட்.'

'இன்றைக்கு உங்களுக்கு ஜலதோஷமாக இருக்கட்டுமே அல்லது விஷ ஜுரம் ஏதாவது இருக்கட்டுமே. மெட்றாஸில் வேறு ஏர்ஹோஸ்டஸ்கள் இல்லையா? பெங்களூருக்குப் போய் வர ஒருத்தி அகப்பட மாட்டாளா?'

'நீங்கள் என்ன சொல்கிறீர்கள்?'

'ஹிட்ச்காக்கின் ஃபாமிலி ப்ளாட் படம் வந்திருக்கிறது. ராத்திரி ஷோ போகலாமா? நான் ஒரு ஹிட்ச்காக் ஃபேன்... படம் பார்த்துவிட்டு அதற்கப்புறம்...'

அதற்கப்புறம் அஜித் சிங் பாடுவதைக் கேட்டுக்கொண்டே சாப்பிட்டோம்.

நான் என் பயங்கள் அனைத்தையும் அவளிடம் சொன்னேன். கேட்டுக்கொண்டிருந்தாள்.

அவளை வீட்டுக்குக் கொண்டுபோய் விட்டுவிட்டு, மிக நல்ல பிள்ளை போல் 'வீட்டுக்குப் போய் வருகிறேன்' என்றேன். அவள் என் கையை அழுத்தி 'கவலைப்படாதீர்கள்' என்று சொல்லி, என் கையை எடுத்துத் தன்மேல் வைத்துக்கொண்டாள்.

அந்த மென்மையான செயல் எனக்கு ஒரு வருஷத்துக்கு உற்சாகம் அளிக்கும்போல் இருந்தது. வீட்டில்...

சுமதி கதவைத் திறந்தாள். என்னைப் பார்த்ததும் அவள் பார்வை தாழ்ந்தது. காதல் வசப்பட்டிருக்கிறாள். காதலில் எனக்கு நம்பிக்கை கிடையாது. இருந்தும் ரூபாவுடன் எனக்கு ஏற்பட்டிருக்கும் அந்த உணர்ச்சிக்கு ஏறக்குறைய ஏதாவது பெயர் இடவேண்டாம்? ரூபாவை அப்படியே வலிக்காமல் கடித்துச் சாப்பிடவேண்டும் என்கிற ஆசை, அவளை அந்த இளைஞர்கள்

ஓரப்பார்வை பார்த்து அவள் அங்கங்கள் அனைத்தின்மேலும் அந்தப் பார்வைகள் படரும்போது எனக்கு ஏற்பட்ட பொறாமை, டாக்ஸியில் சினிமாவில் அவள் என்மேல் இயல்பாகப் பட்ட போது ஏற்பட்ட இதம், அவளுடன் நடக்கிறபோது ஏற்பட்ட குஷன் வைத்த சந்தோஷம், அவள் மார்பைத் தொட்டபோது ஏற்பட்ட ஆச்சரியம் - எல்லாவற்றுக்கும் கச்சிதமாக ஒரு வார்த்தை - காதல். பரவாயில்லை!

'சுமதி!' என்றேன். குரலில் இருந்த சாந்தமே அவளை ஆச்சரியப் படுத்தியது.

'அந்தப் பையன் முருகன் ஆஃப்டர் ஆல் நல்ல பையன் என்று தோன்றுகிறது. அவன்மேல் எனக்கு எதுவும் வெறுப்பு இல்லை. உன்னைப்பற்றிய கவலைதான் எனக்கு. அவன் வளர்ந்த சூழ்நிலை வேறு. மாமிசம் அது இது...'

'அவர் மாதிரி சைவத்தை நீ பார்க்க முடியாது அண்ணா. திருவாசகத்தை இயற்றியது யார் தெரியுமா?'

'மாணிக்கவாசகர் என்று நினைக்கிறேன். ஏன்?'

'அதிலே ஒரு பாட்டு சொல்ல முடியுமா உன்னால்?'

'தெரியாது.'

'முருகனுக்கு அத்தனையும் தெரியும். அவருடைய பக்தி நம்முடையது போல பண்டிகை நாட்களில் மட்டும் வரும் பக்தி இல்லை. உண்மையான பக்தி. அப்புறம்...'

'அவன்மேல் உனக்கு மிகுந்த ஆசைதான்... ஹேவ் யூ கான் டு பெட் வித் ஹிம்?'

'நான் தயாராக இருந்தேன். அவர்தான் மாட்டேன் என்று சொல்லிவிட்டார்' என்று கண் சிமிட்டிச் சிரித்தாள். உள்ளே சென்றாள்.

★

லதாங்கி சரித்திரத்தைத் தொடுகிறாள். ஹெலன் போலவோ கிளியோபாட்ரா போலவோ உலக சரித்திரத்தில் மிகப் பெரிய மனிதர்களைக் கவிழ்த்த பெண்களில் ஒருத்தியாக இல்லா

விடினும் ஒரு துணைக்கண்டத்தின் ஒரு முக்கிய மாநிலத்தின் முதல்வரைக் கவிழ்த்து நம் சரித்திரத்தில் ஓர் ஓரத்தில் இடம் தேடிக் கொண்டிருக்கிறாள் லதாங்கி...

என்று தொடர்ந்து நான் தெளிவாகக் குறிப்பெடுத்து விரிவாக எழுதிக் கொடுத்துவிட்டுச் சென்ற செய்தியில் ஒரு வரிகூட மறுநாள் தின ஒளியில் வரவில்லை! நீக்கப்பட்டிருந்தது.

13

'என்ன ஆச்சு, பாச்சா சார்?' என்றேன்.

'அதென்னவோ இடம் இல்லைன்னு எடுத்துட்டதா சீஃப் சொன்னார்' என்றார் பாச்சா, என்னைப் பார்க்காமல். நம்ப முடியவில்லை! நேற்றுவரை பத்திரிகையின் மிக முக்கியமான செய்தியாக இருந்த லதாங்கியின் கதை ஒரே ராத்திரியில் இடம் இன்மையால் நீக்கிவிடக்கூடிய செய்தியாகி விட்டதா? நான் மேஜையில் கிடந்த தின ஒளியின் அன்றைய பிரதியைப் பார்த்தேன்.

'கூடுவாஞ்சேரி பஞ்சாயத்துத் தேர்தல் இதைவிட முக்கியமாகி விட்டதா?'

'எனக்கு ஒண்ணும் தெரியாது. நீ பூனையைக் கேட்டுக்கோ. அவன் எடுடான்னு சொன்னா எடுத்துத்தான் ஆகணும். எடிட்டோரியல் பாலிஸி பற்றி நாம் என்ன கேட்க முடியும்?'

மைக்கல் வில்லியம், 'வா மேன். காயமெல்லாம் ஆறிடுச்சா?' என்றார்.

'இன்னிக்கு என் ஸ்டோரி ப்ரிண்ட் ஆகலை சார்.'

'ஆமாம்.'

'ஏன் சார்?'

‘அவ்வளவுதான். அது நியூஸ் இல்லை. கலாஸ்!’

‘இனிமேத்தான் அதிலே நியூஸ் இருக்குன்னு என்னுடைய ஒப்பினியன் சார்.’

‘ஸோ வாட்? இந்தப் பத்திரிகைக்கு வேண்டியது உன்னுடைய ரிப்போர்ட்டிங் மட்டும்தான். ஒப்பினியன் இல்லை.’

‘என்ன சார் இது, திடீர்னு மாறிட்டீங்க! ரெண்டு நாள் முன்னாலே கிழிச்சுடறேன், பார்ட் பார்ட்டா கழட்டிடறேன், தைரியமா எழுதுன்னு சொன்னீங்க.’

‘இப்ப நிறுத்துன்னு சொல்றேன்.’

‘ஏன் சார், பயமா?’

‘பயமா? ஹி!’ அவர் மூக்கு சிவக்க ஆரம்பித்தது. கோபத்தின் தொடக்கம். நான் விடுகிறதாக இல்லை.

‘பயந்துக்கிட்டுத்தான் நீங்க இந்தக் காரியம் செஞ்சிருக்கீங்க. முதல்வர் ராஜினாமாவுக்கு அப்புறம்...’

‘லுக் மேன். உன்னோட ஆர்க்யூ பண்ணிக்கிட்டு இருக்க எனக்கு டயமில்லை. நாம கோடு காட்டிவிட்டோம். அது பத்திக்கிச்சு. சீஃப் மினிஸ்டர் டிஸ்மிஸ் ஆயிட்டாரு. மினிஸ்ட்ரி மாறிடுச்சு. இனிமே அதைத் தொடர்ந்து எழுதினா செத்த பாம்பை அடிக்கிற மாதிரி.’

‘சீஃப் மினிஸ்டருக்கும் இதுக்கும் நிஜமாகவே சம்பந்தம் இருக்கா இல்லையான்னு நாம மேற்கொண்டு கண்டுபிடிக்க வேண்டாமா?’

‘சம்பந்தம் இல்லாம ரிஸைன் பண்ணுவாரா?’

‘அவரு ரிஸைன் பண்ணினது களங்கம் தீர்றவரைக்கும்தான்னு ஆணித்தரமாகச் சொல்லிக்கிட்டு வராரு.’

‘அதெல்லாம் வெளிலே! தி மேன் இஸ் கில்ட்டி. சமாளிக்கிறாரு! அவ்வளவுதான். போகட்டும். நம்ம பத்திரிக்கைக்கு இனிமே அந்தப் பொண்ணு மேலே இண்ட்ரஸ்ட் கிடையாது அவ்வளவு தான். டேக் இட் ஈஸி.’

'நான்தான் சார் இதிலே முட்டாள். அடிபட்டு உதைபட்டு அம்மா, தங்கச்சி எல்லாரையும் சந்திச்சு, தைரியமா எழுதி... இப்பக்கூட அபாயத்திலேதான் இருக்கேன். நீங்க என்னடான்னா டபக்குன்னு குழாயை மூடறாப்பலே க்ளோஸ் பண்ணிட்டீங்க. நான் எடிட்டரைப் பார்க்கலாமா சார்?'

அவர் மூக்கு ஊதா நிறத்துக்கு வந்துவிட்டது. 'லுக், நீ எடிட்டரைப் பாரு. அதுக்கு மேலே முதலாளியைக்கூடப் பாரு. ஒண்ணும் நடக்காது. மைக்கல் சொன்னா அதுக்கு மேல்பேச்சு கிடையாது. இந்த நியூஸ் ரூமை நடத்தறது நீயா, நானா மேன்?' மணியடித்தார். 'எனக்கு நிறைய ஜோலி இருக்குது மேன். உன் கைலே பேசிக்கிட்டிருக்க நேரமில்லை...'

'நான் எடிட்டரைப் பார்க்கப்போறேன் சார்.'

'பயங்காட்டறியா? போய்ப் பாரு. ஐ டோண்ட் கேர்!'

அவமானப்பட்டுக்கொண்டு வெளியே வந்தேன். எடிட்டரின் அறைக்குச் சென்றேன். நல்ல வேளை, இருந்தார். சீட்டு எழுதிக் கொடுத்தேன். அவரிடம் தீர்மானமாகச் சொல்லிவிடப் போகிறேன். இந்த மாதிரி முன்னுக்குப் பின் முரணான பாலிஸி எனக்குப் பிடிக்காது.

நான் உள்ளே சென்றபோது எடிட்டர் இன்டர்னல் டெலிபோனில் பேசிக்கொண்டிருந்தார். என்னை உட்கார சமிக்ஞை செய்தார். எடிட்டரின் மேஜை சுத்தமாக இருந்தது. ஃபிலிம்ஃபேர் பரிசளிப்பு விழாவுக்காக ஒரு பளபளக்கும் அழைப்பிதழ் மட்டும் இருந்தது. வெளிநாட்டு வாசனை அடித்தது. எடிட்டரின் கண்ணாடி பீரோவிலிருந்து கால் சராய் வரைக்கும் மலேசியா, சிங்கப்பூர், ஜப்பான், அமெரிக்கா, ஜெர்மனி என்று வெளிநாடு களில் சேகரித்த விதவிதமான சாமான்கள் மோகம். 'அழிக்கிற ரப்பர்கூட எப்படிப் பண்றான் பாருய்யா.' கான்ஸ்லேட்டுகளிலும் ஹைகமிஷன்களிலும் குழை அடித்து கலாசாரப் பரிவர்த்தனை என்ற பெயரில் உலகில் உள்ள அத்தனை நாடுகளையும் பார்த்து விட்டு ப்ளூ ஃபில்ம்களாகச் சேகரித்திருக்கிறார்.

நான் சொன்னதை நிதானமாகக் கேட்டுக்கொண்டார். தன் பால் பாயிண்ட் பேனா(இத்தாலி)வைத் திருப்பித் திருப்பிப் பார்த்துக் கொண்டார். அதனுள் ஒரு பிளாஸ்டிக் பொம்மை ஸ்ட்ரிப் டீஸ் நடத்தியது. நான் பதற்றமாகப் பேசி முடித்ததும், 'இப்பதான்

இந்த விஷயத்தைப் பத்தி மைக்கல் போன்லே சொன்னான். நீ சொல்றது எல்லாம் சரிதான். ஆனா நம்ம பத்திரிகையிலே இனிமே நீ அதை எழுதக்கூடாது. அதுதான் பாலிஸி.'

நான் அயர்ந்துபோய், 'நம்ம பத்திரிகையோட பாலிஸிங்கறது என்னன்னு நான் தெரிஞ்சுக்கலாமா சார்?' என்றேன்.

'சொல்றேன். நம்ம முதலாளி சொல்றதுதான் பத்திரிகையோட பாலிஸி. அவ்வளவுதான்.'

'ரொம்ப சிம்பிளாக இருக்கு சார். இப்பகூட முதலாளி சொல்லித் தான் நான் எழுதினதை நிறுத்தினீங்களா?'

'ஆமாம்.'

'நான் முதலாளியைக் கேட்கலாமா?'

'நான் சொல்றது பொய்னு சொல்றியா?'

'இல்லை சார். டில்லியிலே இருக்கிறவர். திடீர்னு...'

'போனில் கால் போட்டு என்கிட்ட சொல்ல முடியாதா? விஸ்வ நாதன், நீ ஒரு நிருபன். உனக்கு இந்தப் பத்திரிகையோட ஒரு பகுதிதான் தெரியும். மைக்கல் உன்னைவிட உத்தியோகத்தில் உயர்ந்தவன். அவனுக்கு இன்னும் கொஞ்சம் தெரியும். நான் எடிட்டர். எனக்கு இன்னும் கொஞ்சம் விஸ்தாரமாத் தெரியும். பத்திரிகை சொந்தக்காரனுக்கு எல்லாம் தெரியும். தெரிஞ்சிருக் கணும். அவன் பணம் போட்டவன். அவன் சொத்து கோடி கோடியா இந்த மாநிலத்தில் இறைஞ்சு கிடக்கு. அதுக்கு ஆபத்து வரும்படியா இந்தப் பத்திரிகை நடந்துக்கக் கூடாது. நேத்து மறியல்லே நமக்கு எவ்வளவு நஷ்டம் தெரியுமா?'

'கோபிநாத்கிட்ட சொன்னா போலீஸ் ப்ரொட்டக்ஷன் தருவாரே?'

எடிட்டர் புன்னகைத்து, 'உனக்கு விஷயம் தெரியுமா? கோபி நாத்தான் முதலாளிக்கு போன் பண்ணி விஷயத்தை இனிமே வளர்க்காதீங்க, இதோட போதும்னு சொல்லியிருக்கார்' என்றார்.

நம்பாமல் வெளியே வந்தேன். நியூஸ் ரூமில் எனக்கு ஒரு மெமோ காத்திருந்தது. உடனடியாக நான் கமர்ஷியல் செக்ஷனுக்கு

மாற்றப்பட்டிருக்கிறேன் என்று. எரிச்சலாக வந்தது. கமர்ஷியல் செக்ஷன் ஒரு அறுவை. டெண்டர் நோட்டீஸ், மேட்ரி மோனியல், ப்ரூஃப் பார்ப்பது... மைக்கல் என்மேல் வஞ்சம் தீர்த்துக்கொண்டிருக்கிறார்.

நாயரிடம் இந்த அக்கிரமத்தைப் பற்றிச் சொல்லவேண்டும். அன்றைக்கு நான் உருப்படியாக வேலை செய்யவில்லை. சும்மா உட்கார்ந்திருந்துவிட்டு கிளம்பிவிட்டேன். ஓரியன்ஸ் என்று பிரஸ் ஆள்களுக்கு என்றே தனிப்பட்ட கிளப், அங்கே சென்றேன். காபி சுமாராக இருக்கும். அதைவிட மற்ற பத்திரிகை ஆசாமிகளை நிறையச் சந்திக்கலாம்! சந்திக்க விரும்பினேன்.

மாலைச்செய்தி தனசேகரனைப் பார்த்தேன். மாலைச்செய்தி வம்புக்கே அலையும் பத்திரிகை.

தனசேகரன், 'என்ன சார், போடு போடு என்று போடுகிறீர்கள்?' என்றான்.

'என்ன?'

'லதாங்கி கேஸ்! இன்னிக்கு ஏன் வரலை?'

'அவ்வளவுதான். நிறுத்தியாச்சு!'

'நிறுத்தியாச்சா! இனிமேதானே சுவாரஸ்யம் இருக்கு. நீங்க பெரியவருக்கும் இதுக்கும் சம்பந்தம் உண்டுன்னு நினைக் கிறீங்களா?'

'சொல்ல முடியலையே!'

'பின்ன உண்மையைப் பூரா தெரிஞ்சுக்காம எப்படி நிறுத்தலாம்?'

'உண்மைக்கு எங்க ஆபிசிலே ஒருத்தரும் கவலைப்படறதில்லை தனசேகரன். நீங்க இப்ப கோபிநாத் பிரஸ் கான்ஃபரன்ஸுக்குப் போறீங்களா? நானும் வரட்டுமா?'

'என்னது! நீங்க?'

'இப்ப எங்க ஆபீஸ்லேருந்து வேற ஆள் போவான். எனக்கு டிபார்ட்மெண்ட் மாறிடுச்சு. எனக்கு கோபிநாத்தைப் பார்க்கணும்.'

கோபிநாத் முதல்வரான பிற்பாடு நடத்தும் இரண்டாவது பிரஸ் கான்ஃபரன்ஸில் மிகவும் உற்சாகமாக இருந்தார். சாமர்த்திய மாகப் பதில் சொன்னார். லதாங்கி தவிர்க்க முடியாமல் கேள்வி களில் நுழைந்தாள்.

‘இந்தப் பெண்ணின் தற்கொலை பற்றி மறுவிசாரணை செய்ய ஒரு உயர் நீதிமன்ற நீதிபதி நியமனம் செய்யப்படுவார். மன்னிப் போம், மறப்போம் என்பதெல்லாம் ஒரு எல்லை வரைதான்.’

என்னை அடையாளம் கண்டுகொண்டு புன்முறுவல் செய்தார். தம் பி.ஏ. வேதமாணிக்கத்திடம் சொன்னார். சற்று நேரத்தில் ஓர் ஆள் என் காதில் வந்து, ‘கூட்டம் முடிஞ்சதும் சி.எம். வந்து பார்க்கச் சொன்னார்’ என்றார்.

தனியாகச் சந்தித்தேன். ‘எவ்வளவெல்லாம் நடந்து போச்சு பாத்தீங்களா, நீங்க ரெண்டு வரி எழுதினதிலே!’

‘என்னை இனிமே எழுதக்கூடாதுன்னு சொல்லிட்டாங்க சார்.’

‘இனிமே என்னங்க. அவருதான் ராஜினாமா கொடுத்துட்டாரு. இனிமே அதைப்போய் தோண்டி அவளை இன்னும் அவமானப் படுத்தறது தர்மம் இல்லீங்க. என்ன அப்படிப் பாக்கறீங்க?’

‘நீங்க கொஞ்ச நேரம் முன்னாடி ப்ரெஸ் கான்ஃப்ரன்ஸிலே சொன்னதுக்கும் இதுக்கும் சரிப்பட்டு வரலையே!’

‘முரண்பாடு இல்லீங்க. ஒரு நீதிபதியைக் கூப்பிட்டு விசாரணைக் கமிஷன் மாதிரி போட்டுறலாம்னுதான் இருக்கேன்.’

‘அவர்தானான்னு கண்டுபிடிக்க வேண்டாங்களா?’

‘யாரு கண்ணனா? நிச்சயம் அவரு சம்பந்தப்பட்டிருக்காங்க. மனுசன் எவ்வளவு வேகமா ராஜினாமா கொடுத்தார் பார்த்தீங் களா? அதான் விட்டுறலாம்னு பார்க்கறேன்.

‘விசாரணைக் கமிஷன்?’

‘அது கொஞ்சம் அட்ஜஸ்ட் பண்ணிக்கலாங்க! இல்லைன்னா கட்சிக்காரங்க கூச்சல் போடுவாங்க. அது வேற விஷயம். இந்த விஷயத்திலே நான்தான் உங்க முதலாளிகிட்ட சொன்னேன். இத்தோட விட்டுறலாம்னுட்டு.’

'விட்டுட்டாங்க. இருந்தும் எனக்குச் சமாதானம் ஆகலிங்க. நீங்க எனக்குப் போலீஸ் பந்தோபஸ்து கொடுத்ததுக்கு ரொம்ப வந்தனம். இன்னும் கொஞ்ச நாளைக்கு வேணுங்க.'

'ஏன்?'

'அதைத் தொடர்ந்து எழுதப் போறேங்க. நான் வேற பத்திரிகை யிலே இதைத் தொடரப் போறேங்க. அதுக்காகக் கொஞ்சம் போலீஸ் ப்ரொடக்ஷன் தேவைப்படும்.'

கோபிநாத் என்னைப் பார்த்துச் சிரித்ததில் அவர் கண்கள் ஒத்துழைக்கவில்லை. 'அதுக்கென்ன, கொஞ்சம் டேஞ்சரான காரியம் செய்யப்போறீங்க. அது இப்ப அர்த்தமில்லாததாப் படுது...'

'அந்த டைரி இன்னும் கிடைக்கலியே! அது கிடைச்சாத்தான் உண்மை பூரா வரும்னு தோணுது.'

'சென்னை போலீஸ் ஒரு டாக்ஸி விடாம விசாரிச்சாச்சு. டயரி கிடையாது. நீங்க ஏதாவது ஒளிச்சு வெச்சிருந்தாத்தான்...'

'சேச்சே!'

நான் கிளம்பினேன்.

'நம்ம மாநிலத்திலே பேச்சு சுதந்தரத்தையும் பத்திரிகை சுதந்தரத் தையும் யாராலேயும் தொடமுடியாது. நீங்க எழுதலாம். ஆனா அந்த ஆளுக்கு இப்பவும் மாஸ் சப்போர்ட் இருக்குது. அதனாலே கொஞ்சம் ஜாக்கிரதையா இருங்க. என்னதான் போலீஸ் இருந் தாலும் எப்பவுமே எங்கேயுமே கவனமா இருக்கணும். போய்ட்டு வாங்க' என்றார் கோபிநாத்.

வெளியே காத்திருந்த தனசேகரனிடம் 'உங்க பத்திரிகையிலே நான் லதாங்கியுடைய கதையைத் தொடர்ந்து எழுதட்டுமா?' என்றேன்.

அவன் முகம் மலர்ந்தது. 'அப்படியா! அடிச்சதுடா அதிர்ஷ்டம்' என்றான்.

'என் பேர்ல எழுத முடியாது. வேற பேர் போட்டு தினம் ஒரு டிஸ்பாட்ச் எழுதிக் கொடுக்கிறேன். வாங்கிக்குவாங்களா?'

'தாராளமா! இதுக்குத்தானே மாலைச் செய்தி காத்துக்கிடக்குது.'

இந்த வாரம் முழுவதும் நான் என் ஆபீசில் நல்ல பிள்ளைபோல் ப்ரூஃப் பார்த்துக்கொண்டிருந்தேன். 'எனக்கு ஒரு சந்தேகம்' என்று மாலைச் செய்தியில் என் முதல் கட்டுரை வெளிவந்தது. என் சர்வீஸில் என் ஸ்தாபனத்துக்கு நான் செய்த முதல் துரோகம் இதுதான் என்று பட்டது. இதில் துரோகம் இருக்கிறதா என்ன? இருபத்து நான்கு மணி நேரமும் நான் இவர்களுக்குச் சொந்தமா என்ன? என் ஓய்வு நேரத்தில் மற்ற பத்திரிக்கைகளுக்கு எழுதக் கூடாதா என்ன?

மாலைச் செய்தி என்னை மகிழ்ச்சியுடன் வெளியிட்டது. ஆனால் கொஞ்சம் ஓவர் மகிழ்ச்சி. 'இதுதான் லதாங்கி' என்று ஒரு போட்டோ ஆச்சரியக் குறிகளைத் தெளித்து அமர்க்களமாக வெளியிட்டிருந்தது. ஆனால் நான் அனுப்பினதற்குமேல் சில சமாசாரங்கள் வெளியிட்டதுதான் எனக்கு அதிர்ச்சி தந்தது.

'லதாங்கியின் அந்த 24 ரூபாய் தீவு டயரியின் பகுதிகள் கொஞ்சம் கொஞ்சமாக மாலைச்செய்தியில் வெளியிடப்படும்.'

நான் மிகுந்த கோபத்துடன் தனசேகரனுக்கு டெலிபோன் செய்தேன். கிடைக்கவில்லை.

வீட்டுக்கு வந்தபோது, இருட்டில் வாசலில் கொஞ்சம் பேர் நின்றுகொண்டிருந்தார்கள். அம்மா கதறிக்கொண்டிருந்தாள். சுமதியும் லக்ஷ்மியும் அவளைத் தேற்றிக்கொண்டிருந்தார்கள்...

'வினு எங்கே?' என்றேன்.

14

'பட்டாபி ஆத்திலே போய் டி.வி. பார்த்துட்டு வரேன்னு போனா... இன்னிக்கு என்னவோ சந்திரலேகாவாம். சுமதியும் பார்த்துட்டு வரேன்னு அப்புறம் போயிருக்கா. அவாத்திலே வினு இல்லையாம். இந்த மாதிரி நடந்ததே இல்லை. என்கிட்ட ஒரு வார்த்தை சொல்லாம கொல்லைப்பக்கம் கூடப் போகமாட்டா. இப்ப அவளை எங்கேன்னு போய்த் தேடுவேன்!'

சுமதி, 'எனக்குப் பிக்சர் பார்க்க ஓடலை அண்ணா. பாதிலே வந்துட்டேன். வினுக்குட்டி எங்கேன்னு கவலையா இருக்கு...' என்றாள்.

'ஒருவேளை சினிமா எதுக்காவது போயிருக்கலாம் அம்மா. நீங்க கவலைப்படாதீங்க.'

'அதெல்லாம் செய்யமாட்டா... என்ன பாழாப்போற டி.வி.யோ... என்ன சினிமாவோ?'

என்னுள் பயம் கொப்பளித்தது.

'நீ வரப்போறேன்னு பார்த்தா என்ன ஆபீசோடா உனக்கு! ஒரு நாளைப் பார்த்தாப்பலே இருட்டினதுக்கு முன்னாடி வரதில்லை. ஆத்துல வயசுப் பொண்ணுகளை வெச்சுண்டு நான் அல்லாடறேன்.'

எங்கே போய்த் தேடுவேன்? எப்படித் தேடுவேன்? எது வரைக்கும் காத்திருக்கவேண்டும்? எப்போது எப்படிச் செய்தி வரும்? என்ன கேட்பார்கள்? அந்த டயரியைத்தான் கேட்பார்கள்... சே! பிரயத் தனப்பட்டு எண்ணங்களைத் திசை திருப்பினேன். சினிமாவுக்குப் போயிருப்பாள்.

'ஒருவேளை மாம்பலத்துக்கு கீம்பலத்துக்கு சரசு வீட்டுக்குப் போயிருப்பாளோ? அந்த வெண்ணெய்க் கடைக்குப் போன் பண்ணிப் பாரேன்.'

'அப்படியெல்லாம் இருக்காதம்மா.'

'பின்னே ஏதாவது செய்யேண்டா, பதினஞ்சு வயசுப் பொண்ணு ராத்திரி ஆத்துக்கு வரலைன்னா ஊர் சிரிக்கும்' என்று அம்மா அலறினாள்.

நான் 'ஊரைப்' பார்த்தேன். 'முதல்லே நீங்கள்ளாம் வீட்டுக்குப் போங்கோ. நீங்க இங்க இருக்கிறதினாலே எங்கம்மா இன்னும் தத்துப்பித்துன்னு உளற ஆரம்பிப்பா. தகவல் வந்ததும் உங்க எல்லாருக்கும் அவசியம் வந்து சொல்றேன்.' அவர்கள் என்னைக் கிராதகன் என்று நினைத்துக்கொண்டே வெளியேறினார்கள்.

'எனக்குப் பசிக்கிறது. சாப்பிட நேரமில்லை. சட்டுனு ஒரு காபி போட்டுக் கொடு. நான் கிளம்பிப்போறேன்.'

'எங்கேடா போவே? எனக்கொண்ணும் தெரியலையே! பெருமாளே, சீனிவாசா. வரதராஜா, ரங்கநாதா, முருகா, சக்தி வேலா, ஷண்முகா...'

'கோபிநாதா!' என்று நினைத்துக் கொண்டேன். வினு! எங்கே இருக்கிறாய்?

ப்ரு காப்பியை ஒரே மடக்கில் குடித்துவிட்டு வெளியே வந்தேன். தினம் நின்றுகொண்டிருக்கும் போலீஸ்காரரைக் காணோம். ஃபார்மஸிக்குப் போய் என் ஆபீசுக்கு டெலிபோன் செய்தேன். எனக்கு ஏதும் கால் வந்ததா என்று கேட்டேன். இல்லை. வீட்டுக்குப் போனால் அம்மா பினாத்த ஆரம்பித்து விடுவாள். நான் வெளியே இருக்கிறவரை வினுவைத் தேட ஏதாவது முயற்சி செய்துகொண்டிருக்கிறேன் என்று நினைப்பாள். ஒரு மணி நேரம் சுற்றினேன். வீட்டுக்குப் போய்ப் பார்க்கலாம் வினு வந்து விட்டாளா என்று. இல்லை என்றால் மறுபடி நடக்கலாம்.

தென்னந்தோப்பு இருட்டாக இருந்தது. மெதுவாக நடந்தேன். தூரத்தில் விட்டு விட்டு வந்த கார்களின், பஸ்களின் சப்தம் கேட்க, அந்த இடத்து பஜாரின் வெளிச்சம் இங்கே கொஞ்சம் சோகையாகத் தெரிந்தது. பல இடங்களில் இருள் திட்டுக்கள் இருந்தன. அதில் ஒன்றில் ஓர் உருவத்தைப் பார்த்தேன். உட்கார்ந்த, ஏன் ஏறக்குறையப் படுத்திருந்த உருவம். அருகில் சென்றேன். உற்றுப் பார்த்தேன். திடுக் என்று இதயம் மார்பில் இடித்தது.

'வினு! என்னம்மா ஆச்சு உனக்கு?'

'வினு! வினு!'

'அண்ணா! அண்ணா' என்றாள்.

'என்ன ஆச்சு? என்ன ஆச்சு உனக்கு?'

'வலி! வலி!'

'எங்கே... அடிபட்டுதா?'

'உடம்பெல்லாம்.'

நான் அவளருகில் உட்கார்ந்தேன். அவள் உடைகள் கலைந் திருந்தன. காதில் ஒரு வளையத்தைக் காணவில்லை. ரவிக்கை ஊக்குகளைக் காணோம்.

'என்னம்மா ஆச்சு வினு? சொல்லு...'

'உனக்கு...உனக்கு... உடம்பு சரியில்லேன்னு ஒரு மாமா கார்ல அழைச்சுண்டு போனா...'

பாவிகளா! சனியன் பிடித்தவளே ஏன் இப்படி ஒன்றும் தெரி யாமல் வளர்ந்து பலி ஆடு மாதிரி... 'கார்ல எத்தனை பேர் இருந்தா?'

'ரெண்டு மூணு பேர் இருந்தா. இருட்டிலே தெரியலே. வா பாப்பான்னு பக்கோடா குடுத்தார் ஒத்தர். என்னை உன் ஆபீசுக்கு அழைச்சிண்டு போறேன்னு மாடிலே அழைச்சுண்டு போய்க் கதவைச் சாத்திட்டு நாலு பேரும் என்னவோ பண்ணிட்டா அண்ணா! எனக்கு மயக்கம் மாதிரி வந்துட்டுது... நடக்க முடியலை... உக்காண்டுட்டேன். டி.வி. பார்க்கலை.'

டி.வி! வினு, நீ சீரழிந்திருக்கிறாய். உனக்குத் தெரியவில்லையா? உனக்கு எத்தனை வயசு! ஆறா?

ஆத்திரத்தில் என் வயிற்றில் அமிலம் பிரவாகித்தது. என்ன செய்வது? யோசித்தேன். பாவிகளா!

'தப்பாய்ட்டுத்து அண்ணா. என்னை அடிச்சுடேன்!' அவளைக் கைத்தாங்கலாகப் பிடித்தேன். என்மேல் சாய்ந்தாள். அவள் தலைமயிரில் சிகரெட் புகை வாசனையடித்தது. தோப்பை விட்டு வெளியே வந்து ஆட்டோ ரிக்ஷா பிடித்து லேடி டாக்டர் வீட்டுக்குச் சென்றேன்.

டாக்டர் சந்திரலேகா டெட்டால் மணக்கக் கையலம்பிக் கொண்டே என்னை அறைக்குள் கூப்பிட்டாள். வினு தூக்கக் கலக்கத்துடன் உட்கார்ந்திருந்தாள்.

'எஸ்! ஷீ ஹஸ் பீன் வயலேட். உடம்பில் நிறைய நகக் காயங்கள் இருக்கின்றன. ஸைன்ஸ் ஆஃப் ரப்ச்சர். ஸெடேட்டிவ் ஏதோ கொடுக்கப்பட்டிருக்கிறாள். வாட் ஹாப்பன்ட்?'

நான் வினுவைப் பார்த்தேன். நாங்கள் பேசியதைக் கவனித்த தாகத் தெரியவில்லை.

சொன்னேன்.

'ச் ச் ச்! ரொம்ப இன்னொஸெண்ட்டாக இருக்கிறாள். கேள்விக்குப் பதில் சொல்லும்போதே தெரிகிறது. ஷி இஸ் ஸ்டில் எ சைல்ட். சாதாரணமா இந்த வயசிலே இப்பல்லாம் பெண்களுக்கு காண்ட்ராஸெப்டிவ்ஸ் பத்திக் கூடத் தெரிஞ்சிருக்கு. எக்ஸப்ஷனல் கேஸ்லதான் இவ்வளவு அறியாமையா இருக்கும்.'

'டாக்டர்... இவளுக்கு ஏதாவது...'

'நீங்க ஒர்ரி பண்ணிக்காதீங்க. ஒண்ணும் ஆகாது. சான்ஸ் ஆஃப் ப்ரெக்னன்ஸி இஸ் வெரி ரிமோட். நான் காயங்களை ட்ரீட் பண்ணிட்டேன். இப்போதைக்கு நான் குடுக்கக்கூடிய அட்வைஸ், கீப் ஹர் இன்னொஸெண்ட். இந்தச் சம்பவம் இவ லைஃபை நிச்சயம் அஃபெக்ட் பண்ணும். அதிகமா அஃபெக்ட் பண்ணாம பார்த்துக்கங்க!'

'டாக்டர், இது என் மற்ற சிஸ்டர்களுக்கோ அம்மாவுக்கோ...'

'ஒரு டாக்டர்கிட்ட, அதுவும் ஒரு சைகாலஜிஸ்ட்கிட்ட இந்தக் கேள்வியைக் கேக்கக்கூடாது... போயிட்டு வா வினு. இனிமே அண்ணா துணையில்லாம தனியாகப் போகவே கூடாது தெரியுமா? சினிமா மாதிரி குண்டங்க நிறையப் பேர் இருப்பாங்க...'

'வினு, வினு... நீ எங்கே போயிருந்தேன்னு அம்மா கேட்டா சினிமாவுக்குன்னு சொல்லிடு. 'என் க்ளாஸ்மேட் சினிமாவுக்கு கூப்டா. மூன்று வீரர்கள் இன்னிக்குத்தான் லாஸ்ட். அதனாலே தான் போய்ட்டேன். அண்ணா ஆபீசுக்குக் கூட போன் பண்ணினேன். அவன் இல்லை'ன்னு சொல்லிடு.'

'அம்மா அடிப்பாளே!'

'பரவாயில்லை. அடிக்கட்டும்.'

'நான் பண்ணது தப்பு அண்ணா, தப்பு.'

'சீ! சும்மா இரு. நாளைக் கார்த்தாலே கம்ப்ளீட்டாச் சரியாப் போயிடும்.'

'அவாள்ளாம் யாரு அண்ணா?'

'வந்துட்டாளா? அம்மா வயத்திலே பால் வாத்தியேடாப்பா. எங்கேடி போயிருந்தே கட்டையிலே போறவளே? எச்ச மூளி!'

'சினிமாவுக்கும்மா' என்றாள் பயந்தவாறே.

'சினிமாவுக்கா! ஏண்டி, என்னடி இது புதுசா தைரி... என்னடி பாவாடையிலே ரத்தம்?'

எனக்குத் திக்கென்றது. கவனிக்கவில்லை. 'கீழே விழுந்துட் டாம்மா. ஆத்துக்குக் கூட்டிட்டு வர்றபோது கொஞ்சம் பலமா அடிச்சுட்டேன். அப்ப விழுந்து முழங்கால்லே அடிபட்டிருக்கு. கவனிக்கலை.'

'அடிச்சியா?'

'பின்னே இப்படிச் சொல்லாம கொள்ளாம சினிமாப் போனா?'

'அம்மா' என்று அழுதுகொண்டே வினு அவளைக் கட்டிக் கொண்டாள்.

'ராட்சசா! ராட்சசா! எதுக்குடா அடிச்சே குழந்தையை? வாடி என் செல்லமே, என் கண்ணே!'

வினு அம்மாவின்மேல் விசித்து விசித்து அழுதாள்.

'ஏண்டா இப்படி அடிச்சிருக்கே? அடிக்கக் கூடாதுடா. ஏண்டி... சினிமா போறேன்னா சொல்லிண்டு போகக்கூடாதா? யாராவது மாட்டேன்னு சொல்லப் போறாளா? எவ்வளவு கவலை பார் எங்களுக்கெல்லாம்? போ, போய்ச் சாப்பிடு, போ.'

வினு பேசாமல் சாப்பிட்டுவிட்டு, பேசாமல் அறைக்குள் போய்ப் படுத்துக்கொண்டு உடனே தூங்கிவிட்டாள். எனக்குச் சாதம் உள்ளே செல்லவில்லை. கை கழுவினேன். வினு படுத்திருப்பது தெரிந்தது. கன்னத்தில் கீறல். அவள் எப்போதும் அணைத்துக் கொண்டு தூங்குகிற அழுக்குப் பொம்மை கீழே கிடந்தது. எனக்கு இரண்டு கைகளையும் கோத்துக்கொண்டு சுவரில் மடேர் மடேர் என்று ரத்தம் வரும்வரை அடிக்கவேண்டும் போல் தோன்றியது.

மறுநாள் ஆபீசிலும் பித்துப் பிடித்தாற்போலத்தான் இருந்தேன். அந்த விவரம் தெரியாத பயம் என்னுடன் ஸ்திரமாக ஒட்டிக் கொண்டுவிட்டது. நாயர் வந்து ஒரு டைப் அடித்த காகிதத்தைக் காட்டி அதில் ஒரு கையெழுத்து போடு என்றான்.

'என்ன நாயர் இது?'

'உன்னை டிரான்ஸ்ஃபர் பண்ணினது தப்பு... அதுக்கு உனக்குச் சம்மதமில்லை. உடனே வித்ட்ரா பண்ணனும்னு சும்மா போடு. பாக்கியை நான் பார்த்துக்கறேன்.'

நான் மிஷின் போல் கையெழுத்திட அதை சரக்கென்று பிடுங்கிக் கொண்டு இரண்டு சகாக்களுடன் எடிட்டரைப் பார்க்கச் சென்றான்.

'இருக்காரே!' என் எதிர் மேஜையில் இருந்த டெலிபோனை என்னிடம் காட்டினார் சாமி.

'ஹலோ?'

'பாத்தியா பிரதர். பிராமணப் பெண்ணை அனாவசியமா காயப் படுத்த வேண்டியதாய்ட்டுது பாரு! அந்த டயரியைக் கொடுத் துட்டா இதெல்லாம் நடக்காது பாத்தியா?'

'அடேய்! பாவி, நீ ஒழிஞ்சு போகப் போறேடா. பஸ்பமா ஆயிடப் போறேடா. உன்னை நான் எரிக்கப் போறேண்டா பெட்ரோல் ஊத்தி!'

இதை முழுவதும் கேட்டிருக்க மாட்டான். 'யாரை அப்படி வெய்யறே?' என்றார் சாமி திடுக்கிட்டு.

என் கண்ணீரை அடக்க முடியாமல் பாத்ரூமுக்குச் சென்றேன். போலீசுக்குப் போன் செய்தால் என்ன? பப்ளிஸிட்டியைத் தாங்க முடியுமா? கோபிநாத்தைத் தனியாகப் பார்க்க முயற்சி செய்யலாம். முகத்தை அலம்பிக்கொண்டு சீட்டுக்கு வந்து கோபிநாத்துக்கு டெலிபோன் செய்தேன்.

'சி.எம். இல்லீங்களே! கோயமுத்தூர் போயிருக்காரே. விவசாயப் போராட்டம் ஒண்ணு நடக்குது. பேசி முடிக்கப் போயிருக்காரு. சண்டேதான் திரும்பி வரார்.'

யாரிடம் சொல்லி அழுவேன்? ரூபா! ரூபாவுக்கு டெலிபோன் செய்தேன்.

'யாரு! ப்ளீஸ் ஸ்பீக் அப். ஜெட் நாய்ஸ்லே கேக்கவே இல்லை?'

'விஸ்வநாத்! விஸ்வநாத்!'

'ஓ! நீங்களா?'

'உன்னை நான் இன்று பார்த்தே ஆகவேண்டும்.'

'இன்னிக்கு லேட்டாகிவிடும். திரும்பி வரப் பதினொன்று ஆகிவிடும். நாளைக்கு ஈவினிங் மீட் பண்ணலாமே. என்ன விசேஷம்?'

'பேசவேண்டும்.'

'டெலிபோன்லே பேசுங்களேன். எனிதிங் எபவுட் லதா?'

'இல்லை.'

'பின்னே?'

'நேரில் சொல்றேனே... நாளைக்கு நாலரைக்கு வரவா?'

தயக்கம். 'ஓ.எஸ். வாங்க. 4.30-க்கு ஒரு பைலட், கேப்டன் வஸந்த் வரார். அவரை நீங்க கட்டாயம் மீட் பண்ணணும்! பை!'

மனநிறைவு இல்லாமல் டெலிபோனை வைத்தேன். இன்றைய தின ஒளியில் கோபி சிரித்துக்கொண்டிருந்தார். அருகே நெற்றி யில் ஒற்றை இட்டுக்கொண்டு ஒருவர் போட்டோ. லதாங்கியின் கேஸை மறுவிசாரணை செய்ய ஜுடிஷியல் என்கொயரி நடத்த நியமிக்கப்பட்டிருக்கும் ஹை கோர்ட் ஜட்ஜ் மணவாளன்.

எடிட்டர் கூப்பிட்டார் என்னை. உள்ளே நாயர் சிவந்த முகத்துடன் உட்கார்ந்திருந்தான். அவன் அருகில் அவன் சேலாக்கள் இருவர். எதிரே எடிட்டர். பக்கத்தில் மைக்கல்.

'ஏன்யா நீ அப்படி எழுதிக் கொடுத்திருக்கே?' என்று அந்தக் கடிதத்தைக் காட்டினார். 'படிச்சியா? உனக்கும் கம்பெனிக்கும் கான்ட்ராக்ட் தெரியுமா? நான் என்ன சொல்கிறேனோ அதை நீ செய்தாகணும்.'

'அப்படி இல்லைன்னாலும் ஒரு ரிப்போர்ட்டருடைய ட்யூட்டி ரிப்போர்ட்டிங். அதைக் கொண்டு நீங்க கமர்ஷியர்லே போட முடியாது.'

'அப்பாயிண்ட்மெண்ட் ஆர்டரைப் பாரு. எனி அதர் ட்யூட்டி அஸைண்டு ஃப்ரம் டைம் டு டைம் பை தி மானேஜ்மெண்ட்' என்றார் மைக்கல்.

'ஏய்! நான் உன்கிட்ட கேக்கலை' என்றான் நாயர்.

'நான் உன்கிட்ட சொல்லலை மாதர்ர்...' என்றார் மைக்கல்.

'லுக், வைட் மேன்! இனி ஒரு தடவை இந்த மாதிரி கெட்ட வார்த்தைகளை உபயோகப்படுத்தினே, அப்புறம் இங்கே நடக்கறதைப் பாரு.'

'சார், நீங்க இந்த யூனியன் லீடர்ஸ் சொல்றதையெல்லாம் செய்துகிட்டே இருக்கீங்க. அதாலேதான் இவங்களுக்குத் தலை ஏறிப்போச்சு.'

'எங்க சார்ட்டர் ஆஃப் டிமாண்ட்ஸ் படி நாங்க கேட்டதை நீங்க இன்னும் செட்டில் பண்ணலை.'

'அது லேபர் கோர்ட்டுக்குப் போயிருக்குது!'

'அப்புறம் இந்த மாதிரி ஆட்டோகிராட்டிக்கா ஆர்டர் எல்லாம் போட ஆரம்பிச்சுட்டிங்க?'

'இப்ப என்ன செய்யணும்?'

'விஸ்வநாத்தை டிரான்ஸ்ஃபர் பண்ணதை வித்ட்ரா பண்ணணும். அப்புறம் இந்த ஆள் மைக்கல் இந்த மாதிரி லாங்வேஜ் உபயோகப்படுத்தமாட்டேன்னு மன்னிப்பு கேட்டு லெட்டர் கொடுக்கணும்.'

'நெவர்.'

'அப்ப ஸ்ட்ரைக்!'

'1975 அக்ரிமெண்ட்படி நீங்க பீரியட் ஆப் நோட்டீஸ் கொடுக்காம...'

'நோட்டீஸ் பீரியட் ஆரம்பிச்சிடுச்சு. 23-ம் தேதியிலேருந்து ஸ்ட்ரைக்' என்றான் நாயர்.

நான் வேலை இழந்ததன் ஆரம்பக் கட்டம் அது.

15

ஆபீஸை விட்டு வெளியே வந்தபோது வாசலில் கூட்டமாக இருந்தது. நாயர் அங்கிருந்து என்னைக் கூப்பிட்டான். எனக்குச் சோகை பிடித்த மாலை போட்டு மரப்பெட்டியின் மேல் அவசர நாற்காலி வைத்து அதன்மேல் என்னை ஸ்திரமில்லாமல் உட்கார வைத்து காம்ரேடுகளை விளித்து சிவப்பாகப் பேசினான். என்னை விக்டிமைஸ் பண்ணியிருக்கும் முதலாளியின் அராஜகத்தைச் சபித்தான். தான் கேட்ட இண்டரிம் ரிலீஃப் கிடைக்காத அநியாயத்தைச் சாடிவிட்டு மற்ற ஸ்தாபனங்களில் கிடைக்கும் ஊதியங்களின் சிறப்பைப் பாடிவிட்டு ஏகப்பட்ட ஜிந்தாபாத்துகளுடன் கூட்டத்தை முடித்தான். எனக்குக்கூட நடுநடுவே ஜிந்தாபாத் கிடைத்தது. தாற்காலிகமாகக் கிடைத்த இந்த உன்னதத்தை வைத்துக்கொண்டு என்ன செய்வது என்று விழித்தேன். நாயர் ஒரு பீடி பற்றவைத்துக்கொண்டு, ‘விசு, இனி என்னைக் கேட்டுட்டு எதையும் செய்யும். இப்பவும் உன்னை ஒரு விரலால்கூட அசைக்க முடியாது. இருபத்திரண்டாம் தேதிக் குள்ளே உனக்குக் கொடுத்த ஆர்டரை வாபஸ் வாங்கலை, இ ஆபீஸ் மயானம் மாதிரி ஆய்டும். ஒரு மிஸின் ஓடாது. ஒரு காகிதம் நகராது. கேட்டா! நாயிண்ட மகனுக...’

எதுவும் எனக்கு விளங்கவில்லை. என்னை அறியாமல் என் தினசரி வாழ்க்கையின் சம்பவங்கள் ஏதோ ஓர் அண்டை உலகத்து காட்சிகள்படி நடப்பதாகப் பட்டது.

வீட்டுக்கு வந்தபோது வாசலில் பக்கத்து வீட்டுப் பெண்கள் ஏரோப்ளேன் பாண்டி ஆடிக்கொண்டிருந்தார்கள். வினு கன்னத்தில் கை வைத்துக்கொண்டு வெற்றுப் பார்வை பார்த்துக் கொண்டிருந்தாள். வினுவா! கடைக்கு ஓடிப்போய் லாண்டரி துணி வாங்கி வரும்போதுகூடப் பாண்டிக் கட்டங்களின் மேல் தத்தித் தத்திவிட்டுத்தான் வருவாள்.

கடிகாரத்தைப் பார்த்துவிட்டு, 'வினு, சீக்கிரம் டிரஸ் பண்ணிக்கோ. நான் உன்னை ஒரு இடத்துக்குக் கூட்டிட்டுப் போகப்போறேன்' என்றேன்.

'டாக்டர்கிட்டியா அண்ணா?'

'இல்லை, டாக்டர் எல்லாம் ஆச்சு. மூன்று விரல்கள் சினிமா!' என்று அவள் முகத்தில் பிரகாசத்தை எதிர்பார்த்து ஏமாந்தேன்.

சினிமாவில் கன்னத்தில் கை வைத்துக்கொண்டு உட்கார்ந்திருந் தாள். அந்தப் படத்தில் வந்த சாகசங்களுக்கு எழுந்து குதித்து சீட்டில் ஏறி நின்றுகொண்டிருப்பாளே! 'ஏன் வினு? உடம்பு சரியாயில்லையா?'

'ஒண்ணும் இல்லை, அண்ணா!'

இரவிலே தூங்கும்போது வினு ஒரு தடவை திடுக்கிட்டு எழுந்து, 'வேண்டாம்! வேண்டாம்!' என்றாள். மறுபடி தூங்கிப் போனாள்.

என் இனிய சகோதரி வினு பிறந்தபோது எனக்குப் பத்து வயது. அவள் பிறந்தது எனக்குத் தெளிவாக ஞாபகம் இருக்கிறது. அந்த ரூமுக்குள் தீட்டுப் பாராட்டாமல் செக்கச் செவேல் என்றிருந்த அந்தச் சின்னக் கால்களை அம்மா தூங்கும்போது தொட்டுப் பார்த்திருக்கிறேன். பத்தாம் நாள் பட்டுச் சட்டையும் தங்கக் கம்பி வளையலும் போட்டு குழந்தையைவிடப் பெரிசாகப் பொட்டு வைத்து, தொட்டிலில் இட்டு, சன்னமாகப் பாடி நெல்லை இறைத்து விரலால் எத்தனை பெயர்களை எழுதினோம்.

தர்மலக்ஷ்மி
பிருகதாம்பாள்
பார்வதி
வினோதா

அரசிலை கட்டிக்கொண்டு அலைந்தது. தெருப்பூரா அலறிக் கொண்டு பள்ளிக்கூடம் சென்றது. வருஷாந்திர விழாவில் ஜிப்ஸி வேஷம் போட்டது. மூன்றாவது ஸ்டாண்டர்டில் மெரிட் கார்டு வாங்கினது. என்.ஸி.ஸி.யில் சேருவேன் என்று அடம் பிடித்தது. மெதுவாக விரைந்து வளர்ந்து சுமதியின் லிப்ஸ்டிக்கைத் தடவிப் பார்த்துக்கொண்டது. கண்ணாடியில் நெற்றிப் பொட்டிலிருந்து பார்வை விலகி மெதுவாக உடம்பின்மேல் பரவி வெட்கம், ஆர்வம், புரியாத்தனம்...'

பாப்பா என்று கூப்பிட்டிருப்பானா?

குட்டி என்று கூப்பிட்டிருப்பானா?

'இந்தா பகோடா சாப்பிடு!' சே! நினைத்துப் பார்க்காதே. நினைக்கவே பயமாக இருந்தது.

தப்பு செய்தது நான்தான். பாலிஸி இல்லாத செய்தித்தாளில் உண்மை தேடவா நான் இதையெல்லாம் செய்தேன்? இல்லை. எனக்குப் புகழ் வரும், என்னையும் சற்று நேரம் அந்த இதமான விளக்குக்கு அடியில் நிறுத்துவார்கள் என்ற தன்னினைவில் தானே இந்த விவகாரத்தை வெளியிட்டேன். கண்ணன் ஆண்டால் என்ன? கோபிநாத் ஆண்டால் என்ன? எவனோ ஒருத்தன் அரசியல் நடத்த, எவனோ ஒருத்தன் பேப்பர் நடத்த என் தங்கையின் குழந்தைத்தனம் மூர்க்கமாகக் கலைக்கப்பட்டு விட்டது. அரிச்சந்திரனை நினைத்துக்கொண்டேன். கையாலாகாத வர்களின் ஹீரோ. அரிச்சந்திரன் ஒரு மெஸாகிஸ்ட்.

தூக்கமே வரவில்லை.

'என்ன இன்னும் வரக்காணோம்?' என்று போனில் கேட்டார் தனசேகரன். மாலைச்செய்தி.

'மேல் எழுதுவதற்குப் புதிதாக ஒன்றும் இல்லை. அதனால்தான் அனுப்பலை...'

'என்ன அப்படிச் சொல்றீங்க. நீங்கதானே மேட்டர் கொடுக் கறேன்னு சொல்ல, நான் எங்க எடிட்டர்கிட்டே பேசி...'

'தகவல் கிடைச்சா எழுதலாம். செய்தி சேகரிக்க இப்ப திராணி இல்லை. பர்ஸனல் பிராப்ளம்ஸ் நிறைய ஆய்ட்டுது...'

'அந்த டயரியிலேந்து உங்களுக்கு எண்ட்ரி ஞாபகம் இருந்தா அதை அப்படி கொஞ்சம் அட்ஜஸ்ட் பண்ணி எழுதிடுங்களேன்.'

'டயரியை என்னையே எழுதச் சொல்றீங்களா?'

'அப்ப எழுத மாட்டீங்களா?'

'மாட்டேன் போய்யா!' என்று டெலிபோனைத் தூக்கி எறிந்தேன்.

அப்புறம் பத்திரிகையின் இருண்ட அறைகளில் என்ன நிகழ்ந்ததோ, யார் யாருடன் பேசினார்களோ மத்தியானம் டெஸ்பாட்ச் ரெஜிஸ்டரில் கையெழுத்து வாங்கி கான்ஃபிடென்ஷியல் என்று போட்டிருந்த ஒரு கவரை என்னிடம் கொடுத்தார்கள். பிரித்துப் பார்த்ததில் தூக்கிவாரி அடித்தது.

இன்றைய தினம் பிற்பகலிலிருந்து நான் சஸ்பெண்ட் செய்யப்பட்டிருக்கிறேன். அட்மின் டிபார்ட்மெண்ட் ஸ்ரீனிவாச மூர்த்தி என்கிற அதிகாரியால் என் ஆபீஸ் நடத்தை பற்றி ஒரு விசாரணை நடத்தப்படும். அப்போது மட்டும் எனக்கு ஆபீஸ் வர அனுமதி உண்டு. குறிப்பாக கீழ்க்கண்ட மூன்று குற்றங்களுக்காக நான் விசாரிக்கப்படுவேன்.

1. என்னை செக்ஷன் மாற்றிய மெமோவை நான் ஏற்றுக்கொள்ள மறுத்தது, மீறியது. 2. தின ஒளியின் அனுமதியின்றி மற்றொரு பத்திரிகையில் எழுதியது. 3. சக தொழிலாளிகளை வேலை நிறுத்தம் செய்யுமாறு தூண்டியது.

பிரமித்து நம்ப முடியாமல் மைக்கலைப் பார்க்கச் சென்றேன். இல்லை. எடிட்டர் இல்லை. முதலாளி ஊரில் இல்லை. நாயர் கூடக் காணோம். ஆக்டிங் ஒர்க்கர்ஸ் மீட்டிங்காம்.

நாற்காலியில் உட்காரத் தயக்கமாக இருந்தது. இன்று மத்தியானத்துடன் எனக்கு நாற்காலியில் உட்காரும் அனுமதி முடிந்துவிட்டது. நான் ஓர் அன்னியன். கடிதத்தை மறுபடி பார்த்தேன்.

என்னிடம் இருக்கும் கம்பெனி அடையாள பாட்ஜை டைம் ஆபீசில் கொடுத்துவிட வேண்டுமாம்.

'ஏம்ப்பா ஒரு மாதிரி இருக்கே?'

பாச்சாவிடம் காகிகதத்தைக் கொடுத்தேன். 'சஸ்பென்ஷன் ஆர்டர் சார்!'

‘அடப்பாவி! என்னடா அக்கிரமமா இருக்கு? ஆப்பைக்காரன் ராஜ்ஜியமா இருக்கே... எடிட்டர்ன்னா சைன் பண்ணியிருக் கான்... நீ முதலாளியைப் போய் நேராப் பார்த்துடு. ஒரு நிமிடம் நிக்காதே போ!’

‘முதலாளி ஊர்லே இல்லையாம்...’

‘இந்தப் பசங்கதான் பண்ணியிருக்காங்க. விசு, ஸாரி. ஏதாவது ஹெல்ப் வேணும்னா நிச்சயம் என்னைக் கேள்.’

ஹெல்ப்! பாச்சா, நீர் போறாது! எனக்குக் கப்பல் நிறைய ஹெல்ப் தேவையாயிருக்கிறது. வெளிவந்து மைக்கலின் அறைக்குச் சென்றேன்.

வந்திருந்தார்.

‘லஞ்ச் எடுத்துக்கிட்டிருக்காரு. யாரையும் உள்ளே அலோ பண்ண வேண்டாம்னு...’

என்னைப் பார்த்துத் திகைத்தார். முட்டை சாண்ட்விச்சைப் பாதி கடியுடன் நிறுத்திவிட்டு, ‘என்ன மேன்! நிம்மதியா லஞ்ச் எடுத்துக்க வுடமாட்டியா?’ என்றார்.

‘இதுக்குப் பதில் சொல்லுங்க’ என்று என் ஆர்டரை நீட்டினேன். அதை ஓரப்பார்வை பார்த்துவிட்டு ‘இதுக்கு நீன்னா பதில் சொல்லணும். இத பார் விஷ், நீ நல்ல பையன். அந்த நாயர்கூடச் சேர்ந்து கெட்டுப்போயிட்டே. பேசாம அவங்களை ஸ்ட்ரைக் நோட்டீஸை வித்ட்ரா வாங்கிடச் சொல்லு. நான் உன் சஸ்பென்ஷனைக் கவனிக்கிறேன்’ என்றார்.

‘ஸ்ட்ரைக் நோட்டீஸுக்கும் எனக்கும் சம்பந்தம் இல்லை சார்.’

‘உன்னை செக்ஷன் மாத்தினதால்தானே இவ்வளவும் நடந்து போச்சு? மெஷின் ரூம்லே சுவத்திலே என்ன எழுதியிருக்காங்க பார்த்தியா? எய்ட் அணாஸ், பாதி பாதி. சீச்சீயாம் நாங்க! கம்யூனிட்டியையே இளக்காரமாப் பேசினா எனக்கு மட்டும் உடம்பிலே சாக்கடைத் தண்ணியா ஓடுது?

அவர் கண்கள் லேசாக நீர்த்திரையிட்டன.

‘இத்தனை ஆய்போச்சு, உன்மேலே எனக்கு எந்த க்வாரலும் கிடையாது மேன். இட் இஸ் தி பிரின்ஸிபிள்! இப்பவே எழுதிக் கொடு. அந்த மெமோபடி நடக்கிறேன், அந்த லெட்டரை வாபஸ்

வாங்கிக்கிறேன்னு. என்கிட்ட எந்தவிதமான அபாலஜியும் வேண்டாம். என்ன சரியா?'

'சரி சார்' என்று அவசரமாக வெளிவந்து மேஜையில் உட்கார்ந்து டியர் சார் என்று ஆரம்பித்தபோது 'எந்தா!' என்று கேட்டு நிமிர்ந்தேன். நாயர், 'அந்த சஸ்பென்ஷன் ஆர்டரை இப்படிக் கொடு. இப்பத்தான் கேள்விப்பட்டேன்...' என்று அதைப் பிடுங்கிப் படித்து ஜோக் படித்ததைப் போல் சிரித்து, 'இதுக்கு நீ பயந்தியா?' என்றான்.

நான் தலையை நியூட்ரலாக ஆட்டினேன்.

'என்னய்யா, இப்படி நடுங்கிச் சாகறே! ஒரு ஸ்ட்ரகிள்னு ஆரம்பிச்சா இப்படித்தான் நடுநடுவே வேட்டு விடுவாங்க. இந்த சஸ்பென்ஷன் ஆர்டர் செல்லாது. உன்னை ஒருத்தரும் வேலை யிலிருந்து நீக்க முடியாது. ட்ரிப்யூனல்லே தீத்துக் கட்டிப்பிடு வேன். கொஞ்சம் பொறுமையாயிரு.'

'சரி நாயர்.'

கேப்டன் வஸந்த் என்னை ஒரு விநாடி பார்த்துவிட்டு, 'ஹௌ டு யூ டூ' என்று சொல்லிவிட்டு மறுபடி ரூபாவைப் பார்வையால் சாப்பிடுவதைத் தொடர்ந்தான்.

வெற்றி என்று நியான் ஸைனில் தன்மேல் எழுதியிருந்தான். என் வயசுதான் இருக்கும். ப்ரைம் மினிஸ்டரைவிட அதிகச் சம்பளம் இருக்கும் அவனுக்கு. மெட்ரிகுலேஷனுக்கு மேல் படித்திருக்க மாட்டான். டார்ஜான், ஃபாண்டம் புத்தங்கள்தான் படிப்பான் என்று தோன்றியது. பளபளப்பாக இருந்தான். தினத்துக்கு மொத்தம் பதினைந்து தப்படிகளுக்கு மேல் நடந்திராத, கம்பெனி கார்-ஏரோப்ளேன்-கம்பெனி கார் வாழ்க்கை. ஐந்து மணிநேரம் பறந்தால் பதினைந்து நிமிஷத்துக்கு மொத்தம் இவனுக்கு ஜோலி இருக்கும். பாக்கியெல்லாம் ஏரோப்ளேனின் ஆட்டோ பைலட் பண்ணிவிடும்.

கான்வெண்ட் பள்ளிக்கூடங்களில் படித்த உச்சரிப்புடன் ஒன்றரை யணா ஆங்கிலத்தில் பேசிக்கொண்டிருந்தான். உலகத்தில் எல்லாரும் 'ப்ளடி' அவனுக்கு. ப்ளடி ப்ளேன், ப்ளடி கார், ப்ளடி ப்யூட்டிஃபுல்.

'மிஸ்டர் விஸ்வநாத், ரொம்ப ஃபேமஸ் மேன். ரிப்போர்ட்டர்! என் சிஸ்டர் ஸ்டோரி ஒரு பெரிய ஸ்காண்டல். சீஃப் மினிஸ்டர் ரிஸைன் ஆறவரைக்கும் போய்டுத்து. தெரியுமில்லே?' என்றாள் ரூபா.

கேப்டன் வஸந்த் தன் கைகளை அகல விரித்து, 'எனக்கு நியூஸ் பேப்பர்கள் மேல் உள்ள நம்பிக்கையே போய்ட்டுது. எமர்ஜென்ஸியின்போது எல்லாரும் ஆகே பீச்சே கை வைத்துப் பொத்திக்கொண்டிருந்துவிட்டு அது ஓய்ந்ததும் இப்ப வந்து புற்றீசல் மாதிரி கிளம்பி நாற்பது ரூபாய்க்கும் ஐம்பது ரூபாய்க்கும் புஸ்தகம் எழுதிப் பணம் சம்பாதிக்கிறார்கள்! நீங்கள் கூட இந்திரா காலத்து அக்கிரமங்களைப் பற்றி ஏதாவது எழுதப் போகிறீர்களா?'

'இல்லை!'

'கவர்ட்ஸ்! சார். உங்களைச் சொல்லலை.'

என்னையும் சொல்லலாம் என்று தோன்றியது. இல்லை என்றால் கேப்டன் வஸந்த் இப்படி அடிக்கடி ரூபாவைத் தொட்டுத் தொட்டுப் பேச அவளும் நாஸுக்காக விலகிக்கொள்ள நான் பார்த்துக்கொண்டே இருப்பேனா? அப்படியே அவன் சிண்டைப் பிடித்து இழுத்துத் தெருவில் கிடத்திக் கம்சவதம் மாதிரி...

அவர்கள் மூவிஸுக்குப் போகப்போகிறார்களாம். 'போய் வாருங்கள்' என்று டாட்டா காட்டிவிட்டுக் கிளம்பி இருபத்து ஏழு - டி பஸ்ஸுக்காகக் காத்திருந்தேன்.

வீட்டுக்கு வந்து முகம் கழுவி நன்றாக சோப்பு போட்டுத் தேய்த்து அலம்பித் துடைத்துக்கொண்டேன். புதிதாகக் காபிப் பொடி. நல்ல காபி. வினு, நான், சுமதி, லக்ஷ்மி நாலு பேரும் எதிர் பாராதவிதமாக வீட்டில் இருக்க, எல்லாரையும் உட்கார வைத்து ஸ்க்ராபிள் ஆட்டத்துக்கு அட்டையைப் பரப்பி ஆடினோம். சுமதியின் Ambit-ஐ Ambition-ஆக மாற்றியதில் எனக்குப் பதினாறு பாயிண்ட் கிடைத்தது. முதல் முதலாக அன்றைக்குச் சந்தோஷமாக இருந்தது.

வாசல் கதவை யாரோ தட்டினார்கள். சென்று திறந்தேன். ஒரு போலீஸ் இன்ஸ்பெக்டர்.

'மிஸ்டர் விஸ்வநாத்! தின ஒளி ரிப்போர்ட்டர்?'

'ஆமாம்.'

'ஸாரி, உங்களை நான் அரெஸ்ட் பண்ணவேண்டியிருக்கிறது.'

16

ஏறக்குறைய என் வயதிருக்கும் அந்த இன்ஸ்பெக்டர், என் தோள்மேல் கை வைத்தார். நான் திரும்பி என் தங்கைகளைப் பார்த்தேன். அம்மா தம்ளரில் பால் ஆற்றிக்கொண்டிருந்தாள். நான் வெளியே சற்று மறைவாக வந்து நின்றுகொண்டு, 'ஏன் சார்! எதுக்காக சார்?' என்றேன்.

'விசாரிக்கறதுக்கு. ரெஸிஸ்ட் பண்ணாம வரீங்களா?' நான் சற்று நேரம் செய்வது அறியாமல் திகைத்தேன். அரெஸ்ட் என்கிற வார்த்தையை அவர்கள் கேட்டிருக்க மாட்டார்கள். தங்கைகள் இன்னும் ஸ்க்ராபிள் தொடர்ந்து ஆடிக்கொண்டிருக்கிறார்கள். அம்மா தொடர்ந்து பால் ஆற்றிக்கொண்டிருந்தாள்.

'நீங்க வாங்க. எல்லாம் விவரமா சொல்றோம். பயப்படாதீங்க. கடிச்சு முழுங்கிட மாட்டோம். உங்க ரைட்ஸ் ஒண்ணையும் நீங்க இழக்க மாட்டீங்க. ஜாஸ்தி டயம் வேஸ்ட் பண்ணாதீங்க. ராத்திரி திரும்ப முடியாதுன்னு சொல்லிட்டு வேணா வந்திடுங்க.'

திக் என்றது.

'ஒரு நிமிஷம்' என்று உள்ளே போனேன்.

'என்னடா?' என்றாள் அம்மா. சொல்லவா? நம் பரம்பரையில் நடக்காதது மற்றொன்று இன்று நடக்கிறது என்று? அம்மாவைப் பார்த்தால் பரிதாபமாக இருந்தது. இவளிடமிருந்து எத்தனை

மறைத்துவிட்டேன்! சுமதி... வினு... இப்போது ஜெயில்! சொன்னால் ஒவ்வொன்றுக்கும் மூக்கு சிவக்க அழுது தொலைப்பாள்.

'சுமதி, இங்கே வா...' பெட்ரூமுக்குச் சென்றேன். 'சுமதி கொஞ்சம் தைரியமா இரு. நான் சொல்லப்போறது உனக்கு அதிர்ச்சியா இருக்கும். அவா போலீஸ்காரா வந்திருக்கா. என்னை அரெஸ்ட் பண்ண வந்திருக்கா.'

'அரெஸ்ட்டா! எதுக்கு?'

'இரையாதே! நான் இப்ப அவாளோட போயாகணும். ஏதோ ஒரு கேஸை ரிப்போர்ட் பண்ணப் போய் அது ரொம்ப விபரீதமாப் போச்சு. நீ தைரியமா இருப்பேன்னுதான் உங்கிட்ட சொல்றேன். நான் ராத்திரி திரும்ப வரமாட்டேன். நீ கொஞ்சம் அம்மாவைப் பார்த்துக்கோ. வினுக்குட்டிக்கு ஒரு மாதிரி இருக்கு, பார்த்துக்கோ. கார்த்தால பத்தரை மணிவரை பாரு. திரும்பி வரலைன்னா ஒரு லாயரைப் பார்த்து... இல்லைன்னா எங்க ஆபீசிலே நாயர்ன்னு ஒருத்தரை காண்டாக்ட் பண்ணு.'

'விஸ்வநாதன், வரிங்களா?'

'ஒரு நிமிஷம் சார்.'

'என்னடாது அண்ணனும் தங்கையும்?'

'ஒண்ணுமில்லையம்மா, நான் ஆபீஸ் ஜோலியா ஒரு போலீஸ் கேஸ் விஷயமா போகவேண்டியிருக்கு. ஜீப் எல்லாம் வந்திருக்கு. அதான், ஒண்ணு ரெண்டு விஷயங்கள் தங்கிப் போச்சு, சுமதி கிட்ட சொல்லிட்டு...'

'ராத்திரி திரும்பி வந்திடுவியோல்லியோ?'

'சொல்ல முடியாதும்மா.'

'பாலைச் சாப்டுட்டுப் போடா!' எல்லாரும் என்னையே நம்பிக்கையின்றிப் பார்த்துக்கொண்டிருக்க பாலைச் சாப்பிட்டேன். சுமதி என்னுடன் வாசல் வரை வந்தாள்.

'எந்தப் போலீஸ் ஸ்டேஷனுக்கு அழைச்சுண்டு போறீங்க?' என்றாள். அந்த இன்ஸ்பெக்டர் சற்று ஆச்சரியத்துடன், 'ஏன்?' என்றார். அவளை முழுவதும் பார்த்தார்.

'எங்களுக்குத் தெரிஞ்சுக்கக்கூடாதா?'

'தாராளாமா! இப்படியே நேராப் போனீங்கன்னா மெயின் பஜாரைத் தாண்டினப்புறம் ஏ.3-ன்னு வளைவு போட்டிருக்கும். அங்கேதான் கூட்டிக்கிட்டுப் போறோம். நீங்க இவர் சிஸ்டரா?'

'அரெஸ்ட்டுன்னா வாரண்ட் எல்லாம் உண்டே, அதெல்லாம் பார்த்துட்டியா அண்ணா. அதிலே என்ன போட்டிருக்கு?'

'இவரை ஒரு சந்தேகத்தின் பேரிலே அரெஸ்ட் பண்ணச் சொல்லியிருக்காங்க. அதுக்கு வாரண்டு கிடையாது. இருபத்து நாலு மணி நேரத்துக்குள்ளே மாஜிஸ்ட்ரேட் முன்னாலே கேஸ் கொண்டுட்டுப் போவாங்க. எல்லாம் சட்டப்படிதான் செய்வோம். நீங்க லா படிக்கிறீங்களா? வரீங்களா மிஸ்டர்?'

குரோட்டன்ஸ் செடிகளையும் ஒரு சைக்கிளையும் கடந்ததும் ஒன்றிரண்டு தலை கலைந்தவர்கள், ஒரு கான்ஸ்டபிள், எதிரே மரியாதையுடன் நின்றுகொண்டிருந்தார்கள். நாங்கள் சென்றதும் கான்ஸ்டபிள் எழுந்து வழிவிட, 'வாங்க' என்று அவர் கூப்பிட, இடது பக்கம் அறைக்குள் அவர் பின்னே சென்றேன். நிறைய இடத்தில் இங்க் கறை பட்டிருந்த மரமேஜையின் மேல் ஒரு டிபன் பாக்ஸ் அடுக்கு வாழை இலைச் சுருட்டலுடன் நின்று கொண்டிருந்தது. ஒரு கண்ணாடி தம்ளரில் தண்ணீர் இருந்தது. 'உக்காருங்க... சாப்டீங்களா? செல்வராஜ், கொஞ்சம் வாங்க... இதோ இவர்தான்... ஒரு டயரி எண்ட்ரி நைன் ஃபார்ட்டிக்கு போட்டுக்கிட்டு... நீங்க இவர் பின்னாடி போங்க... அழைச் சுட்டுப் போய்யா. ராத்திரி மைலாப்பூர்லேருந்து ஒரு ஸர்க்கிள் இன்ஸ்பெக்டர் வருவார், எங்க ஜுரிஸ்டிக்ஷன் இல்லை இந்த கேஸ்.'

'சார், நான் போன் பண்ணணும்?'

'ஃபோனா! இந்த வேளையிலா?'

'ஆமாம்! சி.எம். கோபிநாத். அவருக்குப் போன் பண்ணணும்.'

'என்னது? சி.எம்.மா?'

'ஆமா, அவர் எனக்குத் தெரிஞ்சவர். அவர்தான் இந்த கேஸ்லே எனக்கு போலீஸ் ப்ரொடக்ஷன் கொடுத்தாரு. இதுலே ஏதோ

தப்பு நிகழ்ந்திருக்கு. நீங்க அரெஸ்ட் பண்ணவேண்டியது நானா இருக்காதுங்க!'

'சி.எம்.மை உங்களுக்குத் தெரியுமா? செல்வராஜ், அந்த டிராயர் மேலே இருக்கிற ஃபைலை எடுங்க. கோபிநாத்தை எப்படிப் பழக்கம் உங்களுக்கு... உங்க கேஸ் என்னன்னு இப்பகூட எனக்குத் தெரியாது. எனக்கு ஆதரைஸேஷன் வந்திச்சு. அவ்வளவுதான். அதிலே ஏதும் மிஸ்டேக் இல்லைன்னுதான் நினைக்கிறேன்... லெட் மீ ஸீ.'

பைலைப் புரட்டி, 'நீங்க மிஸ்டர் எம்.கே. விஸ்வநாத். வயசு இருபத்தி அஞ்சு. அப்பா பேரு கிருஷ்ணமூர்த்தி. தின ஒளிலே ரிப்போர்ட்டர். செலக்ஷன் கிரேடு... நீங்கதானே?'

'நான்தான் சார்.'

'உங்களைத்தான் அரெஸ்ட் பண்ணிட்டு வரச் சொன்னாங்க...'

'யாரு?'

'அவர் வராரு ராத்திரி. நீங்க போன் பண்ணலாம்.'

நடுங்கிய விரல்களுடன் கோபிநாத்தின் நம்பரை ஞாபகத்திலிருந்து சுழற்றினேன்.

'அவரு இல்லிங்களே. வெளியூர் போயிருக்காரு.'

'அவர் பி.ஏ. வேதமாணிக்கம் இருக்காங்களா?'

'அவர் கூடப் போயிருக்கார்னு நினைக்கிறேன்.'

'நீங்க யாரு பேசறது?'

'அவரு ஸன். நீங்க யாரு?'

'என் பேர் விஸ்வநாதன். சி.எம்.முக்கு என்னைத் தெரியும்.'

டெலிபோனை வைத்ததும், 'ஸி.எம். நீலகிரிஸ் போயிருக்காரே தெரியாதா உங்களுக்கு?' என்றார் இன்ஸ்பெக்டர். இலைமேல் தண்ணீர் தெளித்துக்கொண்டார்! 'அழைச்சுட்டுப் போய்யா?'

காந்தி படத்தைக் கடந்ததும் நுழைவாசலில் தனிப்பட்ட செங்கல் சுவர் ஒன்று, உள்ளே இருப்பதைக் காட்டாமல் மறைத்தது. இரண்டு பக்கங்களிலும் இரண்டு அறைகள் இருந்தன.

வெளியே ஒரு ஸ்டூலில் ஒரு போலீஸ் தொப்பி மட்டும் இருந்தது. இரும்புக் கதவைத் திறந்து என்னை உள்ளே அனுப்பிச் சாத்தித் தாளிட்டுப் பூட்டி நடந்து போனார் செல்வராஜ்.

அறையில் மூத்திர நாற்றம் அடித்தது. 25 வாட் பல்பு ஒன்று தொங்கிக்கொண்டிருந்தது. முகம் முழுவதும் சர்வ திசைகளிலும் முடி வளர்ந்து கண்கள் கலங்கி ஓர் ஆள்மட்டும் உட்கார்ந்திருந் தான். உட்கார்ந்தவாறே, 'சிகரெட், பீடி ஏதாவது கொணாந் திருக்கியா பிரதர்?' என்றான்.

'இல்லீங்க' என்றேன்.

'சட்!' என்று அலுத்துக்கொண்டான். அவன் உடல் ஒரு தடவை குலுங்கியது அமானுஷ்யமாக. அதிகம் பட்டை பாலிஷ் என்று கண்ட கழிசடைகள் எல்லாவற்றையும் வருஷக் கணக்கில் குடித்து உடலே கலங்கிப்போய் அதனால் ஏற்பட்ட சைக்கோ மோட்டார் அவஸ்தைகளுடன் உலகத்தில் உள்ள அத்தனை பேரையும் அக்காவுடன் அம்மாவுடன் சம்பந்தப்படுத்தித் திட்டிக் கொண்டிருந்தான். கான்ஸ்டபிள் வந்து என்னிடம், 'மெள்ளப் பேசுங்க. இன்ஸ்பெக்டரு பெண்டை நிமித்திடுவாரு!' என்றான்.

சிறை. அது ஒரு ஞானஸ்னானம் என்றுதான் நினைக்கிறேன். அறிவுள்ள ஒருவனை இந்த மாதிரி அறையில் அடைத்து, கம்பிக் கதவைச் சாத்திப் பூட்டும் ஒரு செய்கை அவன் வாழ்க்கையில் ஓர் அழிக்க முடியாத முத்திரை. நான் அந்த க்ஷணத்தில் சத்தியமாக மாறிவிட்டேன். வேறு மாதிரி ஆகிவிட்டேன். அந்தச் செயலில் உள்ள அவமானம், அதிர்ச்சி, ஹ்யுமிலியேஷன். நான் மாறி விட்டேன். வினு எப்படி மாறிவிட்டாளோ அதேபோல்! தூங்க முடியாமல், விழிக்க முடியாமல் ஒருவித அவஸ்தை நிலையில் என்னை எழுப்பினார்கள். மணியைப் பார்த்தேன். இரவு மூன்று.

'ஏன்யா, இவரை யார்யா உள்ளே தள்ளச் சொன்னாங்க! பேசாம அந்த ரூமிலேயே பெஞ்சில் படுக்க வெச்சிருக்கலாமே! சே! சே! இப்படி வாங்க மிஸ்டர் விஸ்வநாத். உக்காருங்க!'

சர்க்கிள் இன்ஸ்பெக்டரின் கண்கள் என்னைச் சந்தேகப் பார்வை பார்த்தன. விடியற்காலம் மூணு மணிக்கு எப்படி இவ்வளவு சுத்தமாகப் பளபளப்பாக இருக்கிறார்! என்னைப் பார்த்துச் சிரித்தார்.

‘சொல்லுங்க.’

‘நீங்கதான் சொல்லணும். என்னை எதுக்கு அரெஸ்ட் பண்ணி யிருக்கீங்க? என் மேலே என்ன குற்றம்? அதுவே எனக்குத் தெரியாது.’

‘உங்க பேர்ல ஸ்ட்ராங்கா சஸ்பிஷன் விழுது. லதாங்கின்னு ஒரு பொண்ணு மர்டர் ஆய்டுச்சே, அந்தக் கேசிலே.’

‘என்ன சஸ்பிஷன்?’

‘எவிடன்ஸை மறைக்கிறீங்க? மறைச்சு வெச்சிருக்கீங்க.’

‘என்ன எவிடன்ஸ்?’

‘அந்த டயரி. நீங்க அந்த டயரியைத் தொலைச்சுட்டதா சொல்றீங்க. அதையே பேப்பர்ல போடப்போறதா எழுதிக்கிட்டு வறீங்க. நீங்க அன்னிக்கு எடுத்துக்கிட்ட டாக்ஸியை டிரேஸ் பண்ணி அந்த டிரைவரையும் விசாரிச்சாச்சு. அவன் சொல்றான் டயரியை டாக்ஸியிலே விட்டுட்டுப் போனது என்னவோ நிஜம்தான்; ஆனா ட்ரிப்ஷீட் எழுதறபோதே அதைக் கண்டுபிடிச்சு திரும்ப வந்து உங்ககிட்டவே திருப்பிக் கொடுத்துட்டேன்னு சொல்றான். வெரிஃபை பண்ணியாச்சு. டயரி உங்ககிட்டதான் இருக்கணும். அந்த டயரி அந்த மர்டர் கேஸ்லே முக்கியமான எவிடன்ஸ்.’

‘மர்டரா? ஏன் சார், அந்தக் கேஸ்தான் தற்கொலைன்னு போலீஸ் சொல்லிட்டுதே?’

‘அதான் இல்லைன்னுட்டு விசாரணையை மறுபடி ஆரம்பிச் சிருக்கமே! இத பாருங்க, இந்த டயரி உங்ககிட்ட இருக்கிறதுக்கு ரொம்ப ஸ்ட்ராங்கா இண்டிகேஷன்ஸ் தெரியுது. அந்த டயரி யிலே லதாங்கியைக் கொன்னவங்களுக்கு ஒரு இண்ட்ரெஸ்ட் இருக்கலாம். அதிலே பிளாக்மெய்ல் வேல்யூ இருக்கலாம். டயரி ரொம்ப முக்கியமானது. அதை நீங்க மறைக்கிறது காக்னிஸபிள் அஃபென்ஸ். அதை நீங்க எங்ககிட்ட குடுத்துடறது பெட்டர்.’

‘இருந்தாத்தானேய்யா கொடுக்கறதுக்கு?’ என்றேன் எரிச்சலுடன்.

‘இந்தப் பல்லவிய நீங்க திரும்பத் திரும்பப் பாடறிங்க. ஒரு கட்டத்துக்கு மேலே நாங்க வெய்ட் பண்ணமாட்டோம். அந்தக்

கட்டம் வந்துடுச்சு. எங்களுக்கு உங்க மேலே சந்தேகம் வருது. அந்த மர்டருக்கு ஏன் நீங்களே அக்காம்பிளிஸா இருக்க முடியாது?'

'ஜோக் அடிக்கிறீங்க.'

அவர் தாடை நரம்புகள் நகர்ந்தன. 'நீங்க அவ்வளவு ஒண்ணும் அப்பாவி இல்லைன்னு சிலபேரு சொன்னாங்க. வாஸ்தவம் தான்! எதுக்காக வெட்டிப் பேச்சு. இத பாருங்க, அந்த டயரியைப் பத்தி தீர்மானமா நீங்க ஏதும் சொல்லாதவரைக்கும் நீங்க இடத்தை விட்டுப்போக முடியாது. புரியுதா?'

'என்ன இது. தர்ட் டிகிரியா இருக்குது?'

'ச்ச்... தர்ட் டிகிரி அது இது எல்லாம் பேசாதிங்க, ஒழுங்கா சட்டப்படிதான் எல்லாம் நடக்கும். உங்களை எதுக்காக வாரண்ட் இல்லாம அரெஸ்ட் பண்ணியிருக்கோம்... உங்க மேலே மர்டர் கேஸ்ல சந்தேகம் இருக்குது. அதுக்காக... துரைபாண்டியன், இங்கே வாங்க... நாளைக்கே ஒரு அப்ளிகேஷன் போட்டுடுங்க மாஜிஸ்ட்ரேட்டுக்கு. விசாரணையை 24 மணிநேரத்துக்குள்ளே முடிக்க முடியலை. பதினஞ்சு நாள் இவரு போலீஸ் கஸ்டடியிலே எக்டென்ஷன் போட்டுகிடலாம்னுட்டு. 167-வது செக்ஷன்லே வாங்கிக்குங்க. காலைல அங்கே கொண்டு வந்துடுங்க...'

'மை காட்! பதினைந்து நாளா?'

'சட்டப்படிதான் எல்லாம் நடக்கும். கவலைப்படாதீங்க! மண்டையிலியோ காலிலேயோ அடிபட்டாக்கூட ஏதாவது தடுக்கி கிடுக்கி விழுந்து ஆக்ஸிடெண்ட் மாதிரித்தான் அடிபடும்! அழைச்சிக்கிட்டுப் போய்யா!'

நான் திரும்பி, 'என்ன சார் வேணும் உங்களுக்கு?' என்றேன்.

'டயரி'

'எங்கிட்ட டயரி இல்லை, இல்லை, இல்லை. நம்புங்க! இல்லை...' என் கண்களில் கண்ணீர் பிரவகித்தது.

'அழைச்சுட்டுப் போய்யா.'

திரும்ப அந்த அறையில் வந்து நட்ட நடுவில் உட்கார்ந்து கொண்டு நிதானமாக என் தங்கை வினுவையும் என்னையும் நினைத்துக்கொண்டு ஆசை தீர அழுதேன்.

மறுநாள் காலை என்னை நீல வண்டிக்கு அழைத்துச் செல்கை யில் அந்த நான்கு பேரையும் பார்த்து என்னுள் சந்தோஷம் பிரவகித்தது. 'சுமதி!' என் கண்களில் நீர் திரையிட்டது. பக்கத்தில் சுமதியின் ஃப்ரண்ட் முருகன். அவள் பக்கத்தில் இரண்டு பேர் நின்று கொண்டிருந்தார்கள்.

'ஹலோ சார்!' என்றான் அந்தப் பையன் முருகன். 'மீட் மை பிரண்ட் கணேஷ். இவர் ஒரு லாயர். அவர் வஸந்த். அவருடைய அஸிஸ்டெண்ட்.'

'ஹலோ! உங்களைப் போலீஸ் ரொம்ப தொந்தரவு பண்ணு கிறார்கள்போல இருக்கிறதே!' கணேஷ் என்பவனைப் பார்த்ததும் எனக்குத் தெம்பு வந்தது. நல்ல உயரமான ஆசாமி. தீர்க்மான நாசி. கண்களில் ஏகப்பட்ட தன்னம்பிக்கை. அந்த வஸந்த் என்கிற இளைஞன் துருதுருவென்றிருந்தான். சுமதியையே பார்த்துக்கொண்டிருந்தான்...'

கணேஷ் என் கையைக் குலுக்கி, 'யார்யா இன்ஸ்பெக்டர்! கொஞ்சம் அவரைக் கூப்பிடுங்க... நான் இவரை வீட்டுக்கு அழைச்சுட்டுப் போக வந்திருக்கேன்' என்றார் அந்த கான்ஸ்டபிளிடம். அவன் உள்ளே ஓடினான்.

'நேத்திக்கு ராத்திரி என்ன ஆச்சு?'

'ஒரு சர்க்கிள் இன்ஸ்பெக்டர் வந்து கேள்விகள் கேட்டார். என்கிட்ட இல்லாத டயரியைக் கொடுத்தாத்தான் ஆச்சுன்னு...'

'ஏதாவது உங்க மேலேயே ஸ்பெஸிஃபிக்கா சார்ஜஸ் சொன்னாங்களா?'

'ஸப்ரெஷன் ஆஃப் எவிடன்ஸ்னாங்க!'

'வா வஸந்த். என்ன அங்கே பார்த்துக்கிட்ட இருக்கே? ஸப்ரெஷன் ஆஃப் எவிடன்ஸுக்கு பெயில் வாங்கலாம் இல்லியா?'

'எதுக்கு வேணா பெயில் வாங்கலாம் பாஸ்! மாஜிஸ்ட்ரேட்டு மூடைப் பொருத்தது.'

'உளறாதே! சார், உங்க கேஸ் எனக்குத் தெரியாது. முதல் காரியம் உங்களை விடுவிக்கணும். உங்க அழகான தங்கைகள் அழுதுட் டிருக்கிறதை நம்மாலே தாங்க முடியாது. ஹலோ இன்ஸ்பெக்டர்!'

'யார்யா?'

'இவரை அழைச்சிட்டுப் போக வந்திருக்கேன்.'

'முடியாது. போலீஸ் கஸ்டடியிலே இருக்காரு!'

'மாஜிஸ்ட்ரேட் கோர்ட்டுக்குத்தானே கூட்டிட்டுப் போறீங்க?'

'இல்லை...ஆமாம். எக்ஸ்டென்ஷன் வாங்கப்போறோம் போலீஸ் கஸ்டடிக்கு.'

'நீங்க எங்க கூட்டிட்டுப் போனாலும் நாங்க பெயில் அப்ளிகேஷனோட கூடவே வந்துகிட்டு இருக்கோம்' என்றான் கணேஷ்.

17

ஒரு டிவிஷனல் மாஜிஸ்ட்ரேட் கோர்ட்டுக்கு நான் கொண்டு செல்லப்பட்டேன். அங்கே நிறைய நேரம் காத்திருக்கையில் கணேஷிடம் எனக்கு நிகழ்ந்த அனுபவங்கள் அனைத்தையும் சொன்னேன். பிற்பகல் என் கேஸ் வந்தது. மாஜிஸ்ட்ரேட் நெற்றியில் பட்டை விபூதியுடன் ஷேவ் செய்யாமல் இந்தியன் எக்ஸ்பிரஸ் படித்துக்கொண்டிருந்தார். ஒரு பிராஸிக்யூட்டிங் இன்ஸ்பெக்டர், லதாங்கி என்கிற பெண்ணின் மரணம் சம்பந்தமாக நான் நேற்று கைது செய்யப்பட்டதாகவும் அதைப் பற்றி முழுவதும் விசாரிக்க 24 மணி நேரத்துக்குள் முடியவில்லை என்றும் அதனால் செக்ஷன் 167-ன்படி 15 தினங்கள் என்னைப் போலீஸ் பாதுகாப்பில் வைத்திருக்க அனுமதிக்கும்படி உத்தரவிட வேண்டும் என்றும் கேட்டுக்கொண்டார்.

கணேஷ் எனக்காக வாதாட வந்திருப்பதாகவும் செக்ஷன் 399-ன் கீழ் ஜாமீன் விண்ணப்பத்துடன் தயாராக இருப்பதாகவும் சொன்னான்.

மாஜிஸ்ட்ரேட், இன்ஸ்பெக்டரிடம், 'நீங்கள் எந்தக் குற்றத் துக்காக இவரைச் சந்தேகிக்கிறீர்கள்?' என்றார்.

'அந்தப் பெண்ணின் மரணம் பற்றிய முக்கியமான தடயம் ஒன்றை இவர் மறைத்து வைத்திருக்கிறார். மரணத்துக்கு இவர் காரணமாகக்கூட இருக்கலாம் என்று சந்தேகம் இருக்கிறது. விசாரணைகள் ஆரம்பக் கட்டத்தில் இருக்கின்றன.'

கணேஷ், 'லதாங்கி இறந்தது ஏறக்குறைய ஒரு மாதத்துக்குமுன். ஒரு மாதமும் சும்மா இருந்துவிட்டு திடீர் என்று நேற்று ராத்திரி வந்து இவரை வாரண்ட் இல்லாமல் கைது செய்கிறார்கள். அத்தனை நாட்களும் இவரும் இருந்திருக்கிறார், வாரண்டில் கையெழுத்திட மாஜிஸ்ட்ரேட்டுகளும் இருந்திருக்கிறார்கள். திடீர் என்று கைது செய்து, 'ஒருநாள் போதவில்லை, மேலும் பதினைந்து நாள் வேண்டும்' என்று கேட்பது அந்த செக்ஷன் 167-ஐ துஷ்பிரயோகம் செய்வதாகும். இவர் ஒரு நன்னடத்தை உள்ள நல்ல குடும்பத்தில் பிறந்த பத்திரிகை நிருபர். இவர் எங்கேயும் ஓடிவிடமாட்டார். இவருக்கு பெயில் அளிப்பதில் எந்தவிதத் தொந்தரவும் இல்லை. போலீஸின் விசாரணை களுக்குப் பரிபூரண ஒத்துழைப்புத் தர அவர் தயார். போலீஸின் விசாரணை இவருக்கு ஜாமீன் அளிப்பதால் எந்தவிதத்திலும் தடைப்படாது. இவரைப் பதினைந்து நாட்கள் போலீஸ் பாதுகாப்பில் இருக்க அனுமதித்தால் போலீஸ் இவரைத் துன்புறுத்தி பயமுறுத்துவதற்கும் அவகாசம் ஏற்படும். எனவே, இவரை பெயிலில் உடனே விடுவிக்கவேண்டும்' என்றான்.

மாஜிஸ்ட்ரேட், வழக்கு தொடர்பான போலீஸ் ரெகார்டுகளை யும் டயரிக் குறிப்புகளையும் கேட்டார். அதைத் தருவதில் தாமதமும் கொடுக்கப்பட்ட குறிப்புக்கள் சரியாக இல்லை என்றும் தெரிந்தது. இன்ஸ்பெக்டரை அருகில் அழைத்து கடுமையான முகத்துடன் பேசினார்.

கணேஷ், 'இந்தக் கோர்ட் பெயிலை அனுமதிக்க மறுத்தால் உடனே ஹை கோர்ட்டில் ஹேபியஸ் கார்ப்பஸ் மனு ஒன்றைத் தாக்கல் செய்ய உத்தேசம்' என்றான்.

தேவையில்லை என்றார் மாஜிஸ்ட்ரேட். 'கணேஷ் சொன்னதில் நியாயம் இருக்கிறது. சட்டப்படி வாரண்டுடன் விஸ்வநாத்தைக் கைது செய்ய நிறைய அவகாசம் இருந்திருக்கிறது போலீஸுக்கு. அவர்கள் விருப்பத்தின்படி பதினைந்து நாட்கள் போலீஸ் பாதுகாப்பில் விஸ்வநாத் இருக்கவேண்டியதன் அவசியம் சரிவரக் காட்டப்படவில்லை. எனினும் சந்தேகம் ஒரு பெண்ணின் மரணத்தைப் பற்றியது என்பதால், போலீஸ் விசாரணை பாதிக்கப்படக்கூடாது. குற்றம் என்ன என்பது பற்றி போலீஸ் இன்னும் தீர்மானிக்கவில்லை என்று தெரிகிறது. அதனால் விஸ்வநாதனுக்கு பெயில் அளிக்கத் தீர்மானித்திருக்கிறேன். அடுத்த பதினைந்து தினங்கள் விஸ்வநாத் வெளியூர் எங்கும்

செல்லக்கூடாது. ரூபாய் 5,000 உத்தரவாதம் பெற்றுக்கொண்டு அவர் விடுவிக்கப்படலாம்' என்று உத்தரவிட்டார்.

ஏ.முருகன் ரூபாய் 5,000 உத்தரவாதம் அளிக்க, நான் மாலை ஐந்து மணிக்கு விடுவிக்கப்பட்டேன். கணேஷ் தன் பியட் காரில், எங்களை வீட்டுக்குக் கொண்டுவந்து விட்டு, 'குளிச்சிட்டு நல்லா சாப்ட்டுட்டுத் தூங்குங்க. நாளைக்குப் பார்க்கலாம். யூ ஆர் நாட் எட் அவுட் ஆஃப் டேஞ்சர். சுமதி, நீங்க ஒரு தாங்க்ஸ் கூடச் சொல்ல லையே! என்னம்மா வாதாடினேன்! அவர் எங்கே முருகன்? தக்க சமயத்திலே ஷ்யூரிட்டிக்கு அகப்பட்டார்' என்றான்.

முருகன் தனியாகத் தன் காரின் அருகே நின்றுகொண்டு புன்னகை செய்தான். 'தாங்க்ஸ்' என்றேன்.

'உங்க கேஸ் ரொம்ப இண்ட்ரஸ்டிங்கா இருக்கு சார். 24 ரூபாய் தீவுன்னா என்னன்னு முதல்லே கண்டுபிடிச்சீங்களா?' என்றான் வஸந்த்.

'இதைப்பத்தி நாளைக்குப் பேசலாம். முடிஞ்சுதுன்னா நாளைக்கு என்னை வந்து பாருங்க. குட் நைட்!'

வீட்டுக்குள் நுழைகையில், 'அம்மாவுக்குத் தெரியுமா சுமதி?' என்றேன்.

'தெரியும்' என்றாள்.

சாமி படத்துக்கு விளக்கேற்றாமல் உள்ளே சாயங்கால இருட்டில் அம்மா வினுவை அணைத்துக்கொண்டு உட்கார்ந்திருந்தாள். என்னைப் பார்த்து, 'விசு! விசு!' என்று விசிக்க ஆரம்பித்தாள். என்னைத் தொட்டுத் தடவி அவள் விரல்கள் என் கன்னத்தில் வருட, 'என்னம்மா, சின்னக் குழந்தை மாதிரி' என்றேன்.

'இந்த வேலை வேண்டாண்டா, இந்த வேலை வேண்டாண்டா. நம்பளை நிர்மூலமா ஒழிச்சுக் கட்டிடுவாடா. சூனியம் வெச்சிருக்காடா. புடைவையெல்லாம் பத்திக்கப் போறதுடா! வேண்டாம்டா!'

'மத்தியானத்திலேர்ந்தே ஹிஸ்ட்டரிக்கலா இருக்கா' என்றாள் லக்ஷ்மி.

'அம்மா, சும்மா உளறாதே. எல்லாம் சரியாப் போச்சு. சீக்கிரம் வெந்நீர் போடு' என்றேன்.

ஜெயில், கோர்ட் எல்லாவற்றையும் கழுவி, சோப்பு போட்டு கரகரவென்று தேய்த்துக் குளித்தேன். தட்டில் சாதம் போட்டுக் கொண்டே அம்மா, 'எனக்கு அப்படியே ஸப்தநாடியும் அடங்கிப் போச்சு! ஆத்து ஆத்துப் போறதே' என்றாள்.

'இப்ப என்ன ஆச்சு? அதான் முழுசாத் திரும்பி வந்துட்டேனே! ஏதோ ஊருக்குப் போயிருந்தேன்னு நினைச்சுக்கோ.'

'நீ என்னடா பண்ணிட்டே உன்னை ஜெயில்லே போடறதுக்கு?'

'அதான் தெரியலையே!'

'இந்த வினு வேற! என்னவோ ஆயிடுத்து. இவளுக்கு உடம்பு நேரா இல்லை. என்னவோ வெறிச்சுன்னு பார்த்துண்டு, முன்னைப் போல இல்லை குழந்தை.'

திக் என்றது. சாப்பிட்டதும், 'வினு இப்படி வா' என்றேன்.

தயங்கி வந்தாள். 'என்ன அண்ணா?'

'ஏம்மா, ஏதாவது உடம்பு சரியில்லையா?'

'இல்லையே.'

'அம்மா ஏதாவது கேட்டாளா?'

'இல்லையே.'

'நீ ஏதாவது சொன்னியா?'

'இல்லையே.'

மௌனம். 'உனக்கு ஒண்ணும் இல்லை வினு!'

'சரி. போகட்டா அண்ணா?'

'ம்...'

அவள் நடையில் கொஞ்சம் கனவுத் தன்மை இருந்தது. ஒரு மூலையில் போய்ப் பேசாமல் உட்கார்ந்துகொண்டாள்.

ராத்திரி பத்தரை மணிக்கு என்னை ஆபிசிலிருந்து நாயர், சாமி, பாச்சா மூவரும் பார்க்க வந்திருந்தார்கள்.

'பாத்தியா விசு, எவ்வளவு அக்கிரமம் பார், இந்த மேனேஜ்மெண்ட்! நீ ரிப்போர்ட் பண்ணதினாலேதான் உனக்கு இவ்வளவு

கஷ்டம் வந்திருக்கு. உன்னை சப்போர்ட் பண்ணாம சஸ்பெண்ட் பண்ணியிருக்கான். கவலைப்படாதே. நம்ம ஸ்ட்ரகிள் நிச்சயம் வெற்றி பெறும். ரூபா வேணும்னா சொல்லு. யூனியன் ஃபண்டி லிருந்து தரச் சொல்றேன். இன்னும் கொஞ்ச நாள்.'

'அடப் போய்யா நாயர், சும்மா இருந்தவனைப் புடிச்சு உசுப்பி விட்டு இங்க கையெழுத்து போடு, அங்கே கையெழுத்து போடுன்னு சொல்லிட்டு... அவன் வேலையைப் போக்கிட்டே, ஸ்ட்ரகிளாம் ஸ்டிரகிள்!' என்றார் பாச்சா.

'ஜெயில்லே இப்ப எல்லாம் வசதியா இருக்காமே?' என்றார் சாமி.

'ஆமா, ஏர் கண்டிஷன் பண்ணி ஒரு குட்டியை...' என்று ஆரம்பித்த பாச்சா, சுமதியைப் பார்த்து நிறுத்திவிட்டார்.

'நீ கவலைப்படாதே விசு. வெற்றி நம்ம பக்கம்தான்!' என்றார் நாயர்.

படுக்கிறபோது கண்ணை மூடுகிறபோது அந்த முள் தாடி ஆசாமி நேற்று ராத்திரி, 'சிகரெட் இருக்கா பிரதர்?' என்று கேட்டுக் கொண்டே இருந்தது மறுபடி தோன்றியது. கணேஷின் சாமர்த்திய மான வாதங்கள், ஓரத்தில் நின்று 'தியாகம்' என்று நெற்றியில் எழுதி ஒட்ட வைத்துக்கொண்டே முருகன், 'அண்ணா' என்ற வினுவின் மௌனமான அலறல்... அந்தக் காட்சியில் என் சிந்தனைகள் உறைந்து, திரும்பத் திரும்ப வந்து விலக மறுத்து...

'பிராமணப் பெண்ணை அனாவசியமாகக் காயப்படுத்த வேண்டியதாயிட்டது பாத்தியா பிரதர்?'

எதற்காக என்னைக் கைது செய்தார்கள்? 'டயரி?'

எதற்காக வினுவை சேதப்படுத்தினார்கள்? 'டயரி'.

என் முகமற்ற எதிரிகளுக்கு அந்த டயரி தேவைப்படுகிறது. நேற்று இரவு இன்ஸ்பெக்டர் சொன்ன ஒரு வாக்கியம் என் நினைவில் வந்தது...

டாக்ஸிக்காரனை விசாரித்ததில் அவன் என்னிடம் டயரியைத் திருப்பிக் கொடுத்துவிட்டதாகச் சொன்னானாம். இது எப்படி சாத்தியம்? எங்கே அந்த டயரி? திருப்பிக் கொடுத்துவிட்டானா? யாரிடம்?

கணேஷின் சிறிய ஆபீஸில் காலை பத்து மணிக்குக் காத்திருந்தேன்.

‘ஹலோ மிஸ்டர் விஸ்வநாத்! கொஞ்சம் இருங்க. நம்ம சிஷ்யப் பிள்ளை வஸந்த் வரட்டும். என்ன சாப்பிடறீங்க. காபி?’

‘வேண்டாம்.’

‘வஸந்த், உங்க இருபத்தி நாலு ரூபாய் தீவைப்பற்றிக் கொஞ்சம் தகவல் சேகரித்திருக்கிறான்.’

என் இதயம் வேகமடைந்தது.

‘என்ன?’ என்றேன்.

‘நேத்து சாயங்காலம் லைப்ரரிக்கு போய் எங்கே எங்கேயோ விசாரிச்சு... அவனுக்கு மட்டும் ஒரு விஷயத்திலே இண்ட்ரஸ்ட் ஏற்பட்டா விடவேமாட்டான். உடும்புதான்... 24 ரூபாய்த் தீவு. வாட் எ ஸ்டேரேஞ்ச் நேம்!

‘வரான் பாருங்க. வெளியிலே போனா நேராத் திரும்ப மாட்டியே! யாராவது பொண்ணுகளைப் பார்த்தா அடையாறு வரைக்கும் லிஃப்ட் கொடுத்திருப்பியே!’

‘பாஸ், உங்க கட்சிக்காரன் கோவிந்தராஜுவைப் பார்த்தேன். பணம் கேட்டேன். தப்பா? ஹலோ... சார், வந்தாச்சா? சார் பெரிய கில்லாடி. தின ஒளி பழைய இஷ்யூஸ் எல்லாம் படிச்சேன்! அப்புறம் அந்த 24 ரூபாய் தீவு... அது மண்டபத்துக்குப் பக்கத் திலே தென்பகுதியிலே இருக்கிற ஒரு தீவு. அந்தப் பேர்லேயே ஒரு தீவு இருந்திருக்கு. இப்ப அதுக்கு நேரு பேரை வெச்சிருக் காங்க. ஈஸ்ட் இண்டியா கம்பெனி காலத்திலே வெள்ளைக்காரன் 24 ரூபாய்க்கு ஒரு ஜமீன்தார்கிட்ட வாங்கிட்டானாம் இந்தத் தீவை...’

‘புரியலை’ என்றேன்.

‘என்ன புரியலை? அது ஒரு தீவு சார். கரையிலேருந்து நாலஞ்சு மைல்தானாம். ஜுவாலஜி படிக்கிற பொண்ணுகள் எல்லாம் சாம்பிள் கலெக்ட் பண்றதுக்கு எக்ஸ்கர்ஷன்கூடப் போவார் களாம்... சின்னத்தீவு. இப்ப நேருத் தீவுன்னு பேரு அதுக்கு.’

‘நான் அதைச் சொல்லலை! அதுக்கும் இந்த லதாங்கி கேஸுக்கும் என்ன சம்பந்தம்?’

'சம்பந்தம் இருக்கலாம்னு தோணுது. அந்தத் தீவைப் பத்தி நமக்கு தெரிஞ்சவர், ராமேஸ்வரத்துக்காரர் ஒருத்தரைக் கேட்டேன். அதிலே ஒரு தோட்டம் இருக்காம். தோட்டத்திலே ஒரு பங்களா இருக்காம். அது ராஜபாளையத்திலே ஒரு தெலுங்குக்கார மில் முதலாளிக்குச் சொந்தமாம். அந்தப் பங்களாவிலே... சில சமாசாரங்கள் எல்லாம் நடக்குமாம். அப்ப யாராவது இந்த லதாங்கியை அங்கே அழைச்சுக்கிட்டுப் போய் ஏதாவது விஷமம் செஞ்சிருக்கலாம். அந்த டயரியிலே கவிதை எழுதியிருந்தது. 24 ரூபாய் தீவிலே இரவிலே எழுதின கவிதைகள்னு சொன்னீங்களே, இப்ப கொஞ்சம் கதை வசனம் புரியுது பாருங்க! லதாங்கி மாதிரி ஒரு கேஸை அழைச்சிக்கிட்டுப் போய் ராத்திரி பூரா தண்ணி போட்டுட்டு அவளைப் பத்திப் பாட்டு எழுதியிருக்காரு ஒருத்தர்...'

'யாரு?'

'யாரு? அது நமக்கென்ன தெரியும்? நாம் என்ன கூடவா இருந்தோம்? விளக்கா புடிச்சிண்டிருந்தோம்?'

'வஸந்த்! இந்த ட்ரமாட்டிக் டீடெய்ல்ஸ் எல்லாம் வேண்டாமே.'

'ஸாரி! சாரை ஜனங்கள் ரொம்பக் கஷ்டப்படுத்தியிருக்காங்க. போலீஸ்லே அந்த டயரி கேக்கறாங்க. போன்ல கேக்கறாங்க... பயப்படுத்தறாங்க... கோபிநாத் இதைப் பற்றிக் கேட்டு விசாரிக் கிறார். கண்ணன், லதாங்கின்னு பேரைக் கேட்டதுமே மிரண்டு ராஜினாமா கொடுக்கறார்... இதைக் கொஞ்சம் டீப்பா விசாரிச்சா நாமே கூட அடிபடுவோம்னு தோணுது பாஸ்! அந்த டயரி உங்க கிட்ட இல்லையா?'

'இல்லை' என்றேன்.

'அதான் இப்ப ஹாட் ஸ்டஃப்!'

'அந்த டயரியை வெச்சுக்கிட்டுத்தான் அந்தப் பொண்ணு ப்ளாக் மெயில் பண்ண நினைச்சிருக்கு. புவர் கேர்ள். அவளையே தீர்த்துக் கட்டியிருக்கானுக!' என்றான் கணேஷ்.

'நான் அப்படி நினைக்கலை பாஸ்! டயரியை வெச்சு இல்லை. ஏன்னா சாருக்கு டெலிபோன் பண்ணி, அவர் அவளைப் போய்ப் பார்க்கிறதுக்கு முன்னாலயே அவள் இறந்திருக்கா. அவளைக்

கொன்னவங்க பக்கத்திலேயே டயரி இருந்திருக்கு. எடுத்துட்டுப் போயிருக்க மாட்டாங்களா.'

'நீ என்ன சொல்றே!'

'எக்ஸ்னு ஒரு ஆளை நினைச்சுக்கங்க. இவர் பெரிய புள்ளி! அவருக்கு லதாங்கி டெலிபோன் பண்றா, டயரி என்கிட்ட இருக்குன்னா? ம்ஹூம். நானும் நீயும் ஒரு காலத்திலே ஒரு தீவிலே சுகமா இருந்ததை எல்லாம் அம்பலப்படுத்தவான்னு கேட்டிருக்கா. அவளுக்குப் பணத்தேவை இருந்திருக்கு. கேட்டிருக்கா. அந்த ஆள் பணம் குடுக்கறேன்னு சொல்லி பாவலா காட்டியிருக்கான். இவ வெயிட் பண்ணி வெறுத்துப் போய் ப்ரெஸ்ஸுக்கு - நம்ம விஸ்வநாதனுக்கு? - போன் பண்ணி வரவழைச்சிருக்கா... இவர் அங்கே போயிருக்காரு. அதுக் குள்ளே நம்ம புள்ளி வேற ஏற்பாடு பண்ணியிருக்கார். லதாங்கி யைத் தீர்த்துட்டானுக. அதோட முடிஞ்சுதுடான்னு பார்த்தா திடுதிடுப்புனு இந்த டயரி கிளம்பறது. லதாங்கியோட டயரின்னா நிறைய பேருக்கு காப்ரா ஆவுது. எத்தனை பேர் அவளை வெச்சிக்கிட்டு இலக்கியம் படைச்சிருக்காங்களோ? சார் பத்திரிகையிலே எழுதறதைப் பார்த்தா அவர்கிட்ட டயரி இருக்கிற மாதிரித் தோணுது. அவர் வீட்டைச் சூறையாடறாங்க. அவரையே அடிக்கிறாங்க...'

'தங்கையைச் சேதப்படுத்தறாங்க' என்று மனசில் சேர்த்துக் கொண்டேன்.

'வஸந்த், யார் அந்தப் புள்ளி? இத்தனையும் செய்யக்கூடியது யாரு?'

'யார்? அதுக்கு டயரியிலேதான் விவரம் இருக்கும். ஆனா அந்த ஆள் ரொம்பச் சக்தி வாய்ந்தவர். இன்னொரு விஷயம். அந்த 24 ரூபாய் தீவு பங்களாவிலே ஒரு தடவை யார் யார் தங்கியிருக்காங்க தெரியுமா?'

'யார்?'

'கோபிநாத், கண்ணன் ரெண்டு பேருமே!'

18

‘இதிலே யார் என்னைத் துன்புறுத்தினார்கள் என்று நினைக்கிறீர்கள்?’ என்று கணேஷிடம் கேட்டேன்.

‘சர்ச் மி! இரண்டு பேரில் யார் கவிதை எழுதுவார்கள்?’

‘இருவரும் கவிஞர்கள்.’

‘போச்சுடா. தமிழ் நாட்டிலே கவிதை எழுதாத மந்திரி கிடையாதா?’

‘அந்த டயரி கிடைத்ததும் அதிலே எல்லாம் நிதர்சனமாய்டும்.’ என்றான் வஸந்த்.

‘வஸந்த் அதைக் கொஞ்சம் கண்டுபிடிச்சுக் கொடுத்துடேன்.’

‘என்ன விளையாடறீங்க பாஸ்! சென்னை போலீஸ் அப்படி சல்லடை போட்டுத் தேடியிருக்காங்க. அவங்களுக்கே அகப்படலை!’

கணேஷ் யோசித்தான். ‘உங்களை நடு ராத்திரியிலே விசாரிச்ச இன்ஸ்பெக்டர் சொன்னது எனக்குக் கொஞ்சம் வினோதமா இருக்கு. அந்த டாக்சி டிரைவர் திரும்ப உங்ககிட்டேயே டயரியைக் கொடுத்திட்டேன்னு சொன்னானாம். நல்லா யோசிச்சுப் பாருங்க. அது உங்ககிட்ட இல்லையே?’

'இல்லை சார் இல்லை! ஒரு பொருள் ஒரு ஆள்கிட்டே இல்லைன்னு எதிர்மறையை எப்படி நிரூபிக்கிறது...'

'இது வேற இடத்திலே வேற யார்கிட்டயாவது இருக்கிறதைக் காட்டிட்டா முடியும். சரி சரி. நான் உங்க வார்த்தையை நம்பறேன். டயரியை ஒளிச்சு வெச்சுண்டு நீங்க இவ்வளவு அடியும் உதையும் அவதியும் படுவீங்கன்னு தோணலை. அவங்க உங்களைக் கைது பண்ணிண்டு போனதோட முக்கிய காரணம் என்ன தெரியுமா?'

'என்ன?'

'நடு ராத்திரியிலே உங்களைக் கொஞ்சம் பயம்காட்டி லேசா தட்டக்கூடத் தட்டி... அடிச்சாங்களா?'

'சேச்சே!'

'உங்ககிட்ட டயரி இருந்தா அதைக் கறக்கிக்கலாம்னு ஒரே மோட்டிவ்தான் அவங்களுக்கு. இல்லைன்னா இவ்வளவு ஓட்டையா ஒரு கேஸைக் கொண்டு வருவாங்களா! எப்படியும் அன்னிக்கு சாயங்காலத்து நிகழ்ச்சியை திரும்பத் திரும்ப ஞாபகப்படுத்திப் பார்த்துக்குங்க. திடீர்னு விட்டுப்போனது ஏதாவது ஞாபகம் வரலாம். டயரி கிடைச்சுதுன்னா அதை உடனே விளம்பரப்படுத்திடாதீங்க. பேப்பர்ல போட்டுடாதீங்க. அது ஒரு தங்கச் சுரங்கம்!' என்றான் கணேஷ்.

'என்னைப் பொருத்தவரையிலும் அது பாம்புப் புற்று' என்றேன்.

வீட்டுக்குச் சென்றதும் அலமாரியில் ஆபீசிலிருந்து எனக்கு வந்த கடிதம் காத்திருந்தது. குறிப்பிட்ட தினம் குறிப்பிட்ட நேரம் நான் என் ஆபீஸ் நடத்தை பற்றிய விசாரணைக்கு வராததால் என் சஸ்பென்ஷன் விவகாரம் 'எக்ஸ்பார்ட்டி'யாகத் தீர்மானிக்கப் பட்டதாகவும் நான் இனி வேலைக்கு வரவேண்டாம் என்றும் எனக்குச் சேர வேண்டிய பாக்கியை டைம் ஆபீஸில் விடுமுறை யில்லாத தினங்களில் காலை 10-லிருந்து மாலை 5-க்குள் பெற்றுக் கொள்ளலாம் என்றும் என்னுடைய பிராவிடண்ட் பண்ட் தொகை கூடிய சீக்கிரம் பரிசீலிக்கப்பட்டு...

வேலை போய்விட்டது. நாயர் சண்டாளா! அவனைக் கேட்டால், 'விட்டேனா பார்! இந்த அதிகாரம் செல்லாது. உடனே லேபர் கமிஷனருக்கு ஒரு மனுச் செய்து...' என்று ஆரம்பிப்பான்.

நிஜமாகவே என்னை வியாஜ்மாக வைத்துக்கொண்டு விளையாடி யிருக்கிறான். தன்னை உயர்த்திக் கொண்டிருக்கிறான். எனக்கு என்ன பிரயோசனம்? ஒரு மகத்தான இழுபறி ஆரம்பிக்கும். என் ஆபீஸ் என்னும் ராட்சச ஸ்தாபனத்துடன் நான் ஒரு தனி மனிதன், டி.வி. நாயர், அவன் யூனியன் போன்ற தொற்றல் குதிரைகள் மீதேறி, துருப்பிடித்த ஆயுதங்களுடன் சண்டை செய்ய வேண்டும்.

வினு கீழே உட்கார்ந்திருக்க அவள் உச்சந்தலையில் அம்மா ஏதோ எண்ணெய் கரகரவென்று தேய்த்துக்கொண்டிருந்தாள். வினு வெறித்துப் பார்த்துக்கொண்டிருந்தாள். அவள் தாவணி சரியாக இல்லை. கைகளை ஒன்றுசேரப் பிணைத்துக்கொண்டு முழங்கால்களுக்கு இடையில் சிறைப்படுத்தியிருந்தாள். கால் விரல்கள் உள்நோக்கிச் சுருண்டிருந்தன.

'என்னம்மா?' என்றேன்.

'என்னமோ ஆய்டுத்துடா! குழந்தைக்கு என்னமோ ஆய்டுத்துடா! சாமி! பகவானே! பிள்ளையாரே!'

'பகல் பன்னண்டு மணியிலேருந்து இப்ப வரைக்கும் ரூமுக்குள் ளேயே நடந்து நடந்து மாயறா! என்னடின்னு கேட்டா பதில் சொல்லவே மாட்டேங்கறா. இப்பதான் ஓஞ்சுபோய் உட்கார்ந் திருக்கா. இப்ப இவளை விட்டா நடக்க ஆரம்மிச்சிடுவா... என்னை நேராப் பார்க்கமாட்டேங்கறா. நான் செத்...துப் போறேண்டா விசு! எனக்குத் தாங்கலைடா! தலை வெடிச்சிடும் போல இருக்குடா.' அம்மா அழுதுகொண்டே தொடர்ந்தாள். 'பக்கத்தாத்து மாமி ஏதோ ஆயுர்வேதத் தைலம் கொடுத்து மண்டையிலே சூடுகீடு ஏறியிருக்கும்னு தடவச் சொன்னா. என்னடா ஆயிடுத்து என் குழந்தைக்கு? முனி கினி அடிச்சுடுத்தோ?' அம்மா வினுவின் உடையைச் சரி செய்தாள்.

'வினு! வினுக்குட்டி!' நான் அவளருகில் சென்றேன். வெற்றுப் பார்வை, ஜன்னலுக்கு வெளியே பார்த்தது. நான் வந்ததோ அம்மா பேசினதோ எதுவும் பதியவில்லை. தொட்டுப் பார்த் தேன். ஜுரம் இல்லை. திடீர் என்று மூணு வயசுக் குழந்தையாகி விட்டாளா? 'வினு, வினு, இதோ பார், அண்ணா வந்திருக்கேன் பாரு!'

பார்க்க மாட்டாள்.

அவள் தலையைத் திருப்பி என்னைப் பார்க்க வைத்தேன். ம்ஹூம். அவள் பார்வை எனக்கு அப்பால் பாய்ந்தது. ‘கீழுதட்டிலே என்னம்மா காயம்?’

‘கடிச்சிண்டிருக்கா. விசு! என்னவாயிருக்கும்டா? எனக்கு பதர்றதுறா!’

‘இரும்மா. அவாள் எல்லாம் எங்கே?’

‘ஆத்திலே இல்ல! வெளியிலே போயிருக்கா, இன்னும் ஒருத்தருக்கும் தெரியாது. பக்கத்தாத்து வனஜா மாமியைத் தவிர.’

‘என்ன தெரியாது?’ என்றேன் எரிச்சலுடன்.

‘இந்தப் பெண்ணுக்குப் பைத்...’

‘இத பார் உளறாதே! இவளை நான் உடனே டாக்டர்கிட்ட அழைச்சுண்டு போறேன். கொஞ்ச நாழி ஊரைக் கூட்டாம இரு. நான் வரவரைக்கும் கம்முனு இரு. அனாவசியமாக் கற்பனை பண்ணிக்காதே! நாளைக்கே சரியாப் போய்டும்... வினு எழுந்திரும்மா.’

‘ம்ஹூம்.’

பேசாத வினு உட்கார்ந்திருந்த நிலையிலிருந்து அசைப்பதை எதிர்த்தாள். ‘ம்’ என்று மிருக முனகலில் எதிர்ப்பு தெரிவித்தாள். வினுவா இது! என் தங்கை வினு எங்கே? அந்த அறையிலிருந்து குண்டுக் கட்டாகத் தூக்கிச் சென்று வாசற்படியில் சாயவைத்து உட்கார வைத்தேன். மிரள மிரள விழித்தாள். டாக்ஸி கொண்டு வந்து நிறுத்தி அதன் கதவைத் திறந்து கன்றுக்குட்டியை வண்டி யில் ஏற்றுவது போல் பிரயத்தனமாக, பெரும்பாடாக ஏற்றினோம்.

‘நானும் வரேண்டா, ஆத்திலே ஒண்டியா இருந்தா எனக்கும் பைத்தியம் புடிச்சிடும்போல இருக்கு.’

எனக்கும்!

சனியனே! சனியனே! எதுக்கு இருக்கிறவாளை எல்லாம் பயித்தியம் அடிக்கிறே? அவளுக்கு ஒண்ணும் இல்லை... ஆத்திலே கிட! ஊரைக் கூட்டாதே!’

டாக்டர் சந்திரலேகா, ‘நான் நினைச்சது நடந்துடுத்து’ என்றாள். வினு அசையாமல் நாற்காலியில் உட்கார்ந்திருந்தாள்.

‘என்ன?’

‘அவள் மனசில் ஒரு கயிறு அறுந்துபோய்விட்டது. அந்தச் சம்பவம் இவள் ஸப்கான்ஷியஸ்ஸைப் பாதித்திருக்கிறது. அந்தப் பலாத்காரத்தின் மூர்க்கத்தனமான உண்மை! வினு அறியாத சின்னப் பெண். தன் உடலின் சில அங்கங்களின் உண்மையான உபயோகமே தெரியாதவள். மார்பு ஒரு அவமானம் தரும் குறுக்கீடு. மற்றது ஒரு சிறிய அற்ப காரியத்துக்காக ஏற்பட்டது. திடீர் என்று அவளை ஒரு சிலர் தனியிடத்தில் மடக்கி உடம்பில் கரங்களை உலவவிட்டு... அந்தப் பிரவேசத்தின் கொடூர அதிர்ச்சி அவள் மனத்தைப் பாதித்துவிட்டது. மெதுவாக மெதுவாக அவள் மனம் தின வாழ்க்கையின் நிஜங்களினின்றும் விலகியிருக்கிறது. நீங்கள் விவரிப்பதெல்லாம் பொருந்துகிறது. அவள் குழந்தைத்தனம் முடிந்து வளர்ந்தவர்களின் நாராச உலகில் உலுக்கித் தள்ளப்பட்டு விட்டாள். அவளுக்கு இனி குழந்தைகள் சினிமா இனிக்காது. விளையாட்டுகளில் அர்த்தமிருக்காது... ஷிட்ஸோஃப்ரினியா.’

‘ஓ காட்!’ என்றேன்.

‘பயப்படாதீர்கள். இதற்கெல்லாம் ட்ரீட்மெண்ட் இருக்கிறது. கவர்ன்மெண்ட் மெண்டல் ஹாஸ்பிடலில் டெபுட்டி சூபரிண் டெண்டண்ட் டாக்டர் விஜயகுமார் என்று என்னுடைய க்ளாஸ்மேட். நான் லெட்டர் குடுக்கறேன், ஷி வில் பி ஆல்ரைட்! என்ன வினு?’

வினு கவனிக்கவில்லை.

‘ராத்திரி ஸெக்கோனால் கொடுங்க. கொஞ்சம் தூங்கட்டும். நாள் முழுக்கா டென்ஷனா இருந்திருக்கா.’

சந்திரலேகா கொடுத்த மருந்தில் வினு தூங்கிப்போனாள். அம்மா புலம்பினாள். அவளுக்கும் அந்த ஸெக்கோனாலைக் கொடுத் தேன். சுமதி என்னிடம் தனியே வந்து, ‘அண்ணா, உன்னை நான் ஒன்று கேட்கவேண்டும்’ என்று பீடிகை போட்டு, ‘அன்றைக்கு வினு காணாமற் போனபோது என்ன நடந்தது?’ என்றாள்.

‘நீ நினைப்பதல்ல’ என்றேன். நான் ஒருத்தன் மனசில் அல்லல் படுவது போதும் என்று தோன்றியது. எனக்கு இதற்காக யாரை யாவது பழி வாங்கவேண்டும் என்று தோன்றியது. வினுவைச் சேதம் பண்ணியவர்கள் யார்?

என் முகமற்ற எதிரியே வா! என்னை நேராகப் பார்! நானும் நீயும் தனியாக அந்த இருபத்து நாலு ரூபாய் தீவுக்குச் சென்று நேருக்கு நேர் போரிடுவோம் வா! வாடா கோழையே! நான் ஏதோ பயந்தாற்போல் இருந்தாலும் என்னுள்ளும் ஒரு சன் ஆஃப் ஸாம் இருக்கிறான்! வெளிப்படத் துடிக்கிறான்!

ஆபீசுக்குச் சென்று எனக்குச் சேரவேண்டிய பணத்தை வாங்கிக் கொள்ளலாம் என்று தோன்றியது. ரூபாவைப் பார்த்து கொஞ்சம் அவளிடம் அனுதாபம் தேடலாம் என்று தோன்றியது. உடனே அந்த டாக்டர் விஜயகுமாரைப் பார்த்து அப்பாய்ண்ட்மெண்ட் வாங்கிக்கொள்ள வேண்டியதன் அவசியமும் தென்பட்டது.

ஆபீஸ் வாசலில் மைக்கல் வில்லியம்ஸ் ஒரு புதிய ப்ரிமியர் பத்மனி காரிலிருந்து இறங்கினார்.

'ஹலோ விஷ்! ஹௌ ஆர் யூ?' என்றார்.

'அவுட் ஆஃப் ஜாப்' என்றேன்.

காரைச் செல்லமாகச் சாத்திவிட்டு அதைப் பூட்டிவிட்டு அதைச் சற்றுப் பின்வாங்கிப் பார்த்துவிட்டு, 'ஷி இஸ் ஏ ப்யூட்டி' என்றார்.

'புதுசா கார்?' என்றேன்.

'ஆம்.'

'வாங்கினீர்களா?'

'ஆம்.'

மைக்கல் வில்லியம்ஸ் ரேஸ் ஆடுவார். என்னிடம் பணம் கேட்டிருக்கிறார். முப்பது நாற்பது என்றெல்லாம் பணம் கேட்டிருக்கிறார்.

'ஸீ... யூ!' என்று க்ளிஃப் ரிச்சர்டின் பாட்டு ஒன்றை முணு முணுத்துக்கொண்டே சென்றார்.

டைம் ஆபீஸில் ஒவ்வொருவருக்கும் ஒரு புறாக்கூடு இருந்தது. அதில் என் புறாக்கூட்டைத் துழாவினேன். சென்ற சில தினங் களாக எனக்கு வந்த கடிதங்கள், புத்தகங்கள், பார்சல்கள் எல்லாம் அடைத்திருந்தன. அவற்றை அப்படியே எடுத்துக் கொண்டேன்.

மெதுவாக ஆபீசை விட்டு நடந்தேன். கொஞ்சதூரம் போய்க் கடைசிதடவையாகப் பின்னால் திரும்பிப் பார்த்தேன். டி.வி. நாயர் தன் தொண்டர்கள் புடைசூழ வந்து கொண்டிருந்தான்.

டி.வி நாயர் பளபளப்பாக டெரிலின் சட்டை போட்டிருந்தான். 'விசு! விசு!' என்று கூப்பிட்டான். 'உன் கேஸ் பத்தி முதலாளிகிட்ட ரொம்ப ஸ்ட்ராங்காப் பேசியிருக்கேன். நீ அவங்க கொடுக்கிற டெர்மினல் பெனிஃபிட்ஸ் எல்லாத்தையும் வாங்காதே. கொஞ்சம் பொறு. நான் கொஞ்சம் கான்ஃபெடரேஷன் ஓர்க்குக்காக டில்லி வரைக்கும் போய்க்கிட்டு இருக்கேன். ஃப்ளைட்டுக்கு டயமாயிட்டுது. ஏய் ஜார்ஜ், சட்டுனு போய் ஒரு டாக்ஸி புடிச்சுட்டு வா!'

'நாயர், உன்னை ஒரே ஒரே கேள்வி கேட்கணும்' என்றேன்.

'கேள் விசு! உனக்காகத்தானே நான்...'

22-ம் தேதி ஸ்டிரைக் என்ன ஆச்சு?'

'அது வித்ட்ரா ஆயிடுச்சு. மேனேஜ்மெண்ட் பயந்துபோய் நாலு காலையும் தூக்கிட்டாங்க! அஞ்சு ரூபா இண்டரிம் ரிலீஃபுக்கு ஒத்துக்கி' ' ாங்களே!'

நான் டாக்ஸி வருகிறவரை காத்திருந்தேன். காம்ரேடுகள் புடை சூழ ஏரோப்ளேனில் டில்லி செல்வதற்குப் புறப்பட்டான், டி.வி. நாயர் என்னும் உழைப்பாளிகளின் நண்பன்.

நான் மெதுவாக நடந்தேன். பஸ்ஸுக்காகக் காத்திருந்தேன். மாலை நழுவிக்கொண்டிருந்தது. என் கையில் இருந்த டைம் ஆபீசில் என் பிரத்தியேக அலமாரியிலிருந்து சேகரித்த கடிதங் களையும் மற்றவற்றையும் மெதுவாகப் பார்த்தேன். ஓரியன்ஸி லிருந்து பணம் பாக்கிக்காகக் கடிதம், எல்.ஐ.சியிலிருந்து ப்ரீமியம் நோட்டீஸ். ஸ்பான் இதழ்கள். மற்றுமொரு-

திடுக்கிட்டேன்.

லதாங்கியின் டயரி!

19

இத்தனை நாட்கள் எல்லோரும் தேடி அலைந்த டயரி சமர்த்தாக அந்தப் பிறையிலேயே கிடந்திருக்கிறது. என் நரம்புகளில் மின்சாரம் பாய்ந்தது. இது எப்படிச் சாத்தியம். யோசித்துப் பார்த்தேன். டயரி என் பிரத்தியேகப் பொந்தில் எப்படி இத்தனை நாள் இருந்திருக்கக்கூடும்? என்னைச் சிறையில் கேள்விகேட்ட இன்ஸ்பெக்டர் சொன்னது ஞாபகத்திற்கு வந்தது, 'அந்த டாக்ஸி டிரைவர் அன்னிக்கே உங்ககிட்ட திருப்பிக் கொடுத்துட்டேன்னு சொன்னான்.' ஆம்! டாக்ஸி டிரைவர் என்னை விட்டுவிட்டுத் திரும்புவதற்கு முன் ட்ரிப்ஷீட் எழுதும்போது அந்த டயரியைக் கவனித்திருக்கிறான். உடனே திரும்ப வந்து டைம் ஆபீசில் வைத்திருக்கிறான். 'அவர் உள்ளே போயிருக்கிறார். கொடு, சேர்ப்பித்துவிடுகிறோம்' என்று டைம் ஆபீசில் டயரியை வாங்கி அதை அந்தப் பிறையில் தள்ளியிருக்கிறார்கள், எப்படியும் நான் அதிலிருந்து பிற்பாடு எடுத்துக்கொள்வேன் என்று.

மெதுவாகப் பத்திரிகை ஆபீசை விட்டு நடந்தேன். கையில் டயரி கனத்தது. அழுத்தி அணைத்துப் பிடித்துக்கொண்டேன். இந்தத் தடவை விடமாட்டேன். முதலில் படிக்கலாம்.

புரட்டினேன். வெளிச்சம் போதவில்லை. ஆவல் தாங்கவில்லை. ஒரு பாடாவதி ஹோட்டலில் நுழைந்து டீ ஆர்டர் செய்தேன். பீங்கான் உருளும் சப்தத்தின் மத்தியில் அமர்ந்து, லதாங்கியின்

டயரியைப் படிக்கத் தொடங்கினேன். பரிச்சயமாகிவிட்ட ஆரம்பம்.

மனதுக்கு இனியவளுக்கு, உன்னிடம் அந்த இருபத்தி நாலு ரூபாய்த் தீவில் மறக்க முடியாத அந்த இரவில் எழுதிய கவிதைகள் இதோ.

ஏதோ? புரட்டினேன். சற்றுப் பின்சாய்ந்த கையெழுத்து. அதிகம் அடித்தல் திருத்தல் இல்லாமல் எழுதிய அந்தக் கவிதைகள் நிறைந்த சில பக்கங்கள். தாவணிகள் பூமணிகள் கன்னங்கள் முத்தங்கள் நித்திலங்கள்... ரவிக்கையுடன் எதுகைக்குத் தவிக் கிறார் கவிஞர். ஒரு பெண்ணைச் சண்டமாருதமாக வீணை வாசிப்பது போல் வாசித்து அங்கமெல்லாம் தொட்டுப் பார்த்துக் கிடைத்த அனுபவப் பின்னணியில் உடனே உடனே எழுதிய அந்தக் கவிதைகள் முற்றுப் பெற்றதும்... கவிஞர் பெயர்? திடுக்கிட்டேன். 'நெடிதுயர்ந்தேன்!' யார்?

கவிதைகளுக்கு அப்புறம் வேறு விதமான கையெழுத்தில் சுமார் நூறு பக்கங்கள் தேதியிட்டு எழுதப்பட்டிருந்தன. பெண் பிள்ளைக் கையெழுத்து. கவனமாகப் படித்தேன்!

18 லிருந்து 20 வரை மாநாடாம். மகளிர் அணிக்கு நான்தான் முக்கியமாம். வரவேற்புக்கு நான் ஸ்பீச் கொடுக்கவேண்டுமாம். பாரதிதாசன் பாட்டு பாடவேண்டுமாம். பாட்ஜ் எல்லாம் அனுப்பியிருந்தார் பாஸ்கரன். எனக்குச் சிரிப்பு வருகிறது. கட்டபொம்மன் நாடகத்தில் எனக்கு ஒரு டான்ஸ் இருக்கிறதாம். 1500 ரூபாய்க்குச் செக் கொடுத்திருக்கிறார். எதற்கு?

மாநாடு முடிந்தது. அவர்கள் எல்லோரும் ஜீப்பில் சென்றுவிட, நானும் கலைச்செல்வியும் தனியாகக் காரில் சென்றோம். கடற் கரையில் நடந்து அந்த போட்டில் இறங்குவதற்குப் பயமாக இருந்தது. ஆழமில்லாத அமைதியான ஏரி போன்ற கடல். தூரத்தில் 24 ரூபாய் தீவு தெரிந்தது. என்ன வினோதமான பெயர்! பச்சை நிறையத் தென்படும் தீவு. ஏகப்பட்ட தென்னை மரங்கள். தீவில் அழகான பங்களா. அங்குதான் செயற்குழு கூடுகிறதாம். வீட்டுக்குள் பார்த்தால் செயற்குழு கூடுகிற சமாசாரமாகத் தோன்றவில்லை. மர வேலைப்பாடுகளுடன் மைசூர் ராஜா அரண்மனை போல் ஃபர்னிச்சர். இதுவும் ஏதோ கோவில்பட்டி ராஜாவோ ஜமீன்தாரோ அவருடையது போலிருக்கிறது.

சரியான இடம். ஆளுயரத்துக்குக் கண்ணாடி. ஷாண்டலியர். என் அறையில் பிரம்மாண்டமான படுக்கை, விட்டம் அவ்வளவு உயரம். சிக்கன் கறி எல்லாம் சமைத்தார்கள். ஏகப்பட்ட மசாலா. அப்புறம் புனுகு, ஜவ்வாது, சந்தனம், ஊதுவத்திப்புகை, பழங்கள், பாட்டில்! கலைச்செல்வி எங்கே? செயற்குழு எங்கே? கோபி, முத்து, சாமி, ஏழுமலை, குமரன் எல்லோரும் என் பாட்டையும் நடனத்தையும் ரசித்தார்கள். கோபி தனியாய் என்னை மாதவி என்றுதான் கூப்பிட்டார். புகையிலை பாக்கில் சற்றே மயக்கம் தரும் ஏதோ சமாசாரம். மற்றவர்கள் காணாமற்போக, கோபி என் சட்டையைக் கழற்றினார். அவர் பேனாவை எடுத்து என்மேல் பாட்டு எழுத ஆரம்பிக்க, நான் என் இந்த டயரியை நீட்ட, சரசர என்று கற்பனை பொங்கியது கவிஞருக்கு.

'மாதவி, என்றாவது ஒருநாள் நான் இந்த மாநிலத்தை ஆளப்போகிறேன், அன்று உன்னையும் அரியணையில் அமர்த்தி இன்றைய இந்திர விழாவின் ஞாபகமாக உனக்கு முடி சூட்டுகிறேன். மயிலே வா!' என்றார்.

நான் விளக்கை அணைத்தேன்.

காரில் திரும்ப சென்னைக்குச் செல்லும்போது இரண்டு பேரும் அன்றைய தினக் கவிதைகளை ரசித்துப் படித்தோம். முதல் பக்கத்தில் ஒரு டெடிகேஷன் மாதிரி எழுதி இதை எப்போதும் இதயத்தில் பத்திரமாக வைத்திரு என்றார். பத்திரமாகத்தான் வைத்திருக்கப் போகிறேன்... சீக்கிரமே கோபியும் மற்ற எல்லோரும் நடந்ததை மறந்துவிடத்தான் போகிறார்கள்... அவரவர்கள் பதவி வேட்டையில் அந்த இரவு கரைந்து போய்விடப் போகிறது... அந்த வேளை உபயோகப்படும். பத்திரமாக வைத்திருக்கிறேன்...

டயரியை மேலே படிக்கப் படிக்க வெளிப்பட்ட உண்மைகள் என்னை அதிர வைத்தன.

அடப்பாவி!

‘அறுபது பைசாங்க ஒரு காலுக்கு’ என்றான் ஹோட்டல்காரன்.

‘சி.எம். இருக்காரா?’

‘அவர் இப்பத்தான் ரூம்லேர்ந்து வந்தாரு, படுத்திருக்காரு. நீங்க யார் பேசறது?’

‘விஸ்வநாத்னு சொல்லுங்க. கிடைச்சுடுச்சுன்னு சொல்லுங்க. உடனே எழுந்து வருவாரு.’

சற்று நேரம் மௌனம். கோபிநாத்! கோபிநாத்! அப்படியா செய்தி! வருகிறேன் சந்தக் கவிஞனே, வருகிறேன்.

வினு! வினு! மை டார்லிங் லிட்டில் சிஸ்டர்...

‘யாரு?’ கோபிநாத்தின் தூக்கக் குரல். தூக்கம் க(ளை)லையப் போகிறது.

‘நான்தான் விஸ்வநாத், ஞாபகமிருக்கா?’

‘இல்லாமலா! என்ன?’

‘டயரி கிடைச்சுடுச்சு.’

‘அப்படியா! எங்கேருந்து பேசறீங்க?’ குரலில் எத்தனை சந்தோஷம்!

‘மவுண்ட்ரோடு போஸ்ட் ஆபீஸ் பக்கத்திலே எவர்க்ரீன்னு ஒரு ஓட்டல்லேர்ந்து. கார் அனுப்பறீங்களா?’

‘உடனே அனுப்பிச்சுக் கொடுக்கறேன்.’

வைத்தவுடன் கணேஷுக்கு டெலிபோன் செய்தேன். ரொம்ப நேரம் அடித்துக்கொண்டிருந்தது. யோசித்தேன். நான் தனியாகச் செய்யவேண்டிய காரியம் இது. எனக்கு பயம் போய்விட்டது. ஒரு விதத்தில் ஆறுதலாகக்கூட இருந்தது. ஒரே ஒரு தடவை நான் என் இஷ்டப்படி காய்களை நகர்த்தக்கூடிய ஆட்டம்.

போஸ்ட் ஆபீசுக்குச் சென்றேன்.

கோபிநாத்தின் வீடு மௌனமாக இருந்தது. ஒரே ஒரு விளக்கு மட்டும் எரிந்துகொண்டிருந்தது. இருட்டில் பெரிய ஒற்றைக்

கண்போல டி.வியில் பிம்பங்கள் மாறிக்கொண்டிருந்தன. 'என் உள்ளம் அழகான வெள்ளித் திரை...' என்று வாணியின் குரல்.

கோபிநாத்தின் கண்கள் என்னைப் பார்க்க மறுத்தன. 'வாங்க மாடிக்குப் போய்டலாம்' என்று என் கையைப் பார்த்தார். மாடியில் கான்பரன்ஸ் நடக்கும் அந்தக் கொட்டகையைத் தாண்டி ஏர் கண்டிஷனர் அமைக்கப்பட்ட அறையில் நுழைந்தோம். கோபிநாத் சிகரெட் பற்றவைத்துக்கொண்டு ஹுக்காபோல் உறிஞ்சினார். எதிரே காந்தி படத்துக்கு ஸ்திரமாக ப்ளாஸ்டிக் மாலை போட்டிருந்தது. அருகே ப்ரேம் போட்ட திருக்குறள் வாசகத்தில் பயிர்கள் வான்நோக்கி நிற்க மன்னவன் கோல் நோக்கி நின்றுகொண்டிருந்தது உலகு. கோபிநாத் தன் மனைவி யுடன் மகனுடன் வளர்ப்பு மகளுடன் எடுத்துக்கொண்ட போட்டோ குடும்பப் பாங்காக இருந்தது. என் எதிரே நாற்காலி போட்டு உட்கார்ந்திருந்தார்.

'டயரி எங்கே?' என்றார்.

'இருங்க. நான் உங்களோட பேசணும்.'

அவர் நெற்றி சுருங்கியது.

'டயரி கொண்டு வரலியா? ராத்திரியிலே சிறுபிள்ளை விளை யாட்டுக்கு எனக்கு நேரமில்லை.'

'கோபிநாத்! அந்த டயரியை நான் படிச்சேன்.'

மௌனம்.

'ஒரு வரி விடாமப் படிச்சுட்டேன்.'

'நான் படிச்சதில்லை. என்ன எழுதியிருந்தது?'

'முதல்லே நெடிதுயர்ந்தோன் கவிதைகள். உங்க கையெழுத்தில் எழுதின கவிதைகள். அப்புறம் லதாங்கி அங்கே நடந்ததை எல்லாம் புட்டுப்புட்டு வெச்சிருக்கா. மாநாடு நடந்தது. இருபத்து நாலு ரூபாய் தீவுக்கு அவளை அழைச்சிக்கிட்டு போனது. அங்கே நடந்தது. உங்கள் இலக்கிய சேவை... இந்திரவிழா, அவளுக்குத் தந்த செக் நம்பர், தொகை, அப்புறம் நடந்தது எல்லாம்! நூறு பக்கம்.'

கோபிநாத் நகத்தைக் கடிக்கத் தொடங்கினார்; 'டயரி எங்கய்யா?' என்றார்.

'அவசரப்படாதீங்க கோபிநாத். நீங்க பெரிய ஆள்! மனச்சாட்சி இருக்கவேண்டிய இடத்திலே உங்களுக்கு ஒரு பொத்தல் இருக்குது!'

'என்ன பேத்தறே.'

'என்னைப் பாருங்க கோபிநாத். இன்னிக்கு ராத்திரி ஒரு மாறுதலுக்கு நாம ரெண்டு பேரும் உண்மை பேசலாம், என்ன? என் லைஃப்லே என்னவெல்லாம் நடந்துபோச்சு பாருங்க. மனசிலேயும் உடம்பிலேயும் அடிபட்டு, சித்திரவதை பட்டு... எனக்கு பதினஞ்சு வயசிலே ஒரு தங்கை இருக்கா. புஷ்பம் மாதிரி இருந்தா. அவளை உங்க அடியாட்கள் என்ன செஞ்சாங்க தெரியுமா? தெரியும். நிச்சயம் தெரியும் உங்களுக்கு... அதனாலே அவளுக்கு பிரமை பிடிச்சு ரூம்லே மேலேயும் கீழேயும் உலாத்திக்கிட்டே இருக்கா... என் வேலை போய்விட்டது. என்னை டாக்சியிலே அடைச்சு, கைகாலை ஒடிச்சாங்க. ஜெயில்லே போட்டாங்க...'

'இதுக்கெல்லாம் நான் என்னய்யா காரணம்? நடந்ததை நீ தப்பா எடை போடறே, இத பார். அந்த லதாங்கி ஏதோ ஒன்றரையணா கிராக்கி! அது ஏதோ டயரியிலே கச்சா முச்சான்னு எழுதி வெச்சுட்டா...'

'சுத்தமா இருக்குது. படு சுத்தமா தேதிவாரியா இருக்குது அந்த டயரியிலே. அந்த 24 ரூபாய் தீவிலே நடந்ததுலேருந்து ஆரம்பிச்சு எழுதி வெச்சிருக்கா. நீங்க எலக்ஷன்லே ஜெயிச்சு மந்திரி ஆகி, அப்புறம் அந்தப் பொண்ணு உங்களைக் காண்டாக்ட் பண்ணது, நீங்க முதல்லே பணம் அனுப்பிச்சது, அப்புறம் கொஞ்சம் கொஞ்சமா வெட்டிக்கிட்டது, அது உங்களைப் பயமுறுத்தினது... அதுக்கப்புறம்தான் நீங்க தீர்மானிச்சீங்க. இல்லையா?'

'என்ன தீர்மானிச்சேன்?'

'அவளை ஆளுகளை விட்டுக் கொல்றதுக்கு!'

'என்னடா எழவாப் போச்சு! என்ன சொல்றே நீ!'

'அந்த நோட்டு தன்கிட்டே இன்னும் இருக்கிறதை உங்ககிட்ட அவ சொல்லலை. அதைத்தான் கடைசி அஸ்திரமா, துருப்புச் சீட்டா வெச்சிக்கிட்டு இருந்திருக்கா, நீங்க அவளை விபரீதமா ஏதாவது செஞ்சிடுவீங்கன்னு எதிர்பார்க்கவே இல்லை அவ. வெய்ட் பண்ணிப் பார்த்தாச்சு, வெளியிட்டுறலாம்னு எனக்குப் போன் பண்ணியிருக்கா. அதுக்குள்ளதான் உங்க ஆளுங்க வந்து போய்ட்டானுக! கோபிநாத், இந்த மாதிரி எத்தனை காரியம் செஞ்சிருக்கீங்க?'

'சட்!'

'அவளைக் கொல்ல வெச்சு, போலீஸ் கேஸைத் தற்கொலைன்னு அமுக்கப் பார்த்து, ஒரே ஒரு தப்புக் கணக்குப் போட்டுட்டீங்க. டயரி! திடுதிடுப்புனு அவ இறந்ததுக்கு அப்புறம் பூதம் போலப் புறப்பட்ட டயரி!'

'நீ சொல்றது எனக்குப் புரியவே இல்லை.'

'புரியுது. நல்லாப் புரியுது. உங்க சாதுரியம், சாமர்த்தியம் நல்லாப் புரியுது. எனக்கு உங்க மேலே சந்தேகம் வராமலிருக்க போலீஸ் பந்தோபஸ்து, சப்போர்ட்டு எல்லாம் தந்தீங்க. அதே சமயம் உங்க ஆட்களை விட்டு என்னை மிரட்டி என் வீட்டை சோதனை போட்டு, அடிச்சு, எத்தனையோ செஞ்சும் டயரி கிடைக்கலை உங்களுக்கு. அது என்கிட்ட நிஜமாகவே இல்லைன்னு உங்க ளுக்குத் தெரிஞ்சதும் அதை வேறு விதமாத் திரிச்சு, கண்ணன் மேலே பழிபோட்டு, கட்சி எம்.எல்.ஏ.க்களோட சப்போர்ட்டை வெச்சுக்கிட்டு அவரை எறக்கி, நீங்க பதவி ஏறினீங்க. அவர் பாவம் கொஞ்சம் மனச்சாட்சிக்குக் கட்டுப்பட்டவர். அபாண்டங் களைத் தாங்காதவர். ராஜினாமா கொடுத்துட்டாரு. அப்புறமும் அந்த டயரி முன்போல தொந்தரவு கொடுத்து அது கிடைக்கிற வரைக்கும் உங்களுக்கு நிம்மதி இல்லைன்னு ஆய்டுச்சு. அது என்கிட்ட இருக்கா இல்லியான்னு மறுபடி சந்தேகம் வர ஆரம்பிச்சுடுச்சு உங்களுக்கு. தீவிரமா இறங்கிட்டீங்க. என் தங்கையை உங்க ஆளுங்க சேதம் பண்ணி, என்னைக் கைது பண்ணி, ராத்திரி இண்டராகேஷன் பண்ணி... எவ்வளவு பாடு பட்டீங்க கோபிநாத் அந்த டயரிக்காக! அது கிடைச்சுடுச்சு! எங்கே இருந்தது தெரியுமா? பத்திரமா எங்க ஆபீசிலே ஒரு மர அலமாரி யிலே ஒரு பிறையிலே! டயரி கிடைச்சிட்டது கோபிநாத்.'

எனக்குத் தாங்க முடியாமல் சிரிப்பு வந்தது. நிதானமாகச் சிரித்தேன். ஆத்திரமாகச் சிரித்தேன்.

'எல்லாம், எல்லாம் பொய்!'

'இந்த ஒருநாள் ராத்திரி பொய்யே கிடையாது கோபிநாத். எனக்கு ஆத்திரம் தாங்காமப் பேசறேன். அடிபட்டு சேதப்பட்டுப் பேசறேன். உங்களோட பதவி வேட்டையிலே சம்பந்தமே இல்லாத, ஒண்ணும் அறியாத எங்க குடும்பம் - எவ்வளவு நாசமாயிருக்கு தெரியுமா?'

'இப்ப என்ன ஆய்டுச்சுங்கறே?'

'இனி என்ன ஆகணும்கறீங்க?'

'இரு இரு! கொஞ்ச நேரம் யோசிக்க விடு!' அவர் தலையைப் பிடித்துக்கொண்டு சற்று நேரம் கீழே பார்த்துக்கொண்டு யோசித்தார். என்னுள் இருந்த அமானுஷ்ய வேகத்தில் அப்படியே அவர் கழுத்தைப் பிடித்து நெரித்துக் கண்கள் பிதுங்க, நாக்கு வெளிவர, கடைவாயில் மெலிதாக ரத்தம் வழிய 'முதல்வர் கொலை' என்று அத்தனை செய்தித்தாள்களும் ஆளுயர எழுத்தில்...

'எல்லாத்துக்கும் வழி இருக்குது. இத பார் விஸ்வநாத், நான் சொல்றதைக் கேளு. இப்ப உனக்கு வேலை போயிடுச்சுங்கறே. போனா என்ன? திருப்பி வாங்கிடலாம். நாளைக்கே மார்வாடிக்கு போன் பண்ணா அலறிக்கிட்டுத் தருவான். அவன் கேஸ் பத்து தங்கிக் கிடக்குது நம்ம மாநிலத்திலே. தராமப் போய்டுவானா? அந்த ஆப்பைக்காரன்... பணம் வாங்கிக்கிட்டானே அவனை நீக்கிட்டு உன்னைப் போட்டுறச் சொல்றேன். அப்புறம் அண்ணா நகர்லே ஒரு ப்ளாட் அலாட்மெண்ட் பண்ணச் சொல்றேன். அப்ளிகேஷன் மட்டும் குடு, போதும். அப்புறம் அது என்ன சொன்னே... உன் தங்கச்சி?'

நான் அவரையே பார்த்தேன்.

'தங்கச்சிக்கு ஏதோ ஆய்டுச்சுங்கறே! அதுக்கு மெடிக்கல் காலேஜ்லே ஒரு அட்மிஷன் போட்டுக் கொடுத்துடலாம். சும்மா பதறாதே, எல்லாத்தையும் சரிப்படுத்திடலாம். அரசியல் ஒரு சாக்கடை. நாங்கதான் இப்படி விழுந்து உழண்டு குட்டையைக் கிளறிக்கிட்டிருக்கோம். அதுலே நீ மூணாவது மனுசன்

மாட்டிக்கிட்டு அடிப்பட்டுட்டே. இப்ப என்ன ஆய்டுச்சு! காயங்கள் எல்லாம் ஆறிப்போய்டும். அது ஏதோ ஒரு பொண்ணு, இந்த லதாங்கி, எப்பவோ சபலத்திலே ஒரேயொரு தடவை நடந்துபோச்சு... பொம்பளையை நினைக்காதவனைத் தேர்ந் தெடுக்கணும்னா ஒருத்தரும் வரமுடியாது. எல்லாப் பொறுக்கி களும் மனசிலே ஒண்ணு, வெளியிலே ஒண்ணு வெச்சுக்கிடத் தான் வேணும். அந்தப் பொண்ணு என்னை ப்ளாக்மெயில் பண்ணிச்சு. ஏதோ ஒரு மாதிரி ஆக்ஸிடெண்ட் ஆய்டுச்சு. அது ஒழிஞ்சுபோன கதை... என் அரசியல் வாழ்க்கை ஒரு தேர் நகர்ற மாதிரி... அதுலே உன்னைப் போல சுத்துப்பட்ட மனுசங்க, சின்னவங்க கிட்டவந்தா விபத்து நிகழ்றதில்லையா? அதுக்காக தேரைச் சாய்ச்சுற முடியுமா? இப்ப அந்த டயரி வெளியிலே வந்தா நான் ஒழிஞ்சேன். திறமையா, நன்மையா ஒரு ஆட்சி கொண்டுட்டு வரலாம்ணுதான் நான் எவ்வளவு அல்லாடறேன். என்னோட சொந்த உயர்வுக்கு இல்லை, பப்ளிக்குக்கு! இந்த டயரி வெளி வரதிலேயோ வராததிலேயோ உனக்கு நடந்தது நடந்து போச்சு. டயரியை வெளியேவிட்டா நான் காலி. அதோட நீயும்தான் காலி. பேசாம அதைக் கொடுத்துடு. உனக்கு வேலை திரும்பிடும், மனை கிடைக்கும், உன் தங்கைகளுக்கு நல்லது நடக்கும், கிடைக்கும். கேஷா பணம் வேணும்னா சொல்லு, அதுக்கும் ஏற்பாடு பண்ணிடலாம். குடுத்துடு, எங்கே வெச்சிருக்கே? குடுத்துட்டா, எல்லாவித சுகங்களும் திரும்பி வந்துடும், பழையபடி ஆயிடலாம் நீ!' என்றார்.

'நீங்க பழையபடி ஆய்டலாம்னு சொல்றது சிரிப்பா வரது கோபிநாத். யோச்சிச்சுப் பாருங்க. பழையபடி நிஜமாகவே ஆய்ட முடியுமா? இவ்வளவு மனச் சேதத்துக்கு அப்புறம்? கேளுங்க! கவனமாக் கேளுங்க. இன்னும் ஒரு நாள் - ஒரே ஒரு நாள்தான் இருக்கு உங்களுக்கு. நாளைக்குச் சாயங்காலத்துக்குள்ள நீங்க உங்க பதவியை ராஜினாமா செய்துடணும். ஓப்பனா, 'நான் செஞ்சதெல்லாம் தப்பு'ன்னு மன்னிப்புக் கடிதம் எழுதி... சே... ஒண்ணும் வேண்டாம். நீ எக்கேடு கெட்டுப் போய்யா, நீ ராஜினாமா கொடுத்தா என்ன, கொடுக்காட்டா என்ன நாளைக்குக் காலையிலே அந்த டயரியை நான் பப்ளிக்கா வெளியிடப் போறேன்.'

நான் எழுந்தேன். கோபிநாத் அதிர்ந்துபோய், 'எங்கே போறே?' என்று என் கையைப் பிடித்தார்.

உதறினேன். 'விடுய்யா. நீ தொட்டா அருவருப்பா இருக்குது.'

'இருங்க விஸ்வநாத், கேளுங்க.'

'கேக்கறதுக்கு ஒண்ணுமில்லை. நீங்க ஒரு வார்த்தையாவது வருத்தப்பட்டுப் பேசுவீங்கன்னு - மன்னிப்புக் கேட்பீங்கன்னு நெனச்சேன்! மறுபடியும் விலைதான் பேசறீங்க.'

'இரு இரு. என்ன பண்ணணும்கிறே? காலைப் பிடிச்சுக்கணுமா?'

'போய்யா.'

கோபிநாத் என்னைப் பிடித்து நிறுத்த, நான் முரட்டுத்தனமாக அவரைப் பிடித்துத் தள்ளினேன். கண்ணாடி எகிறிக் குதித்தது. மேஜையில் மசி பரவியது. அவர் தடுமாறி மேஜைமேல் இருந்த பஸ்ஸரை அழுத்தினார்.

இரண்டு பேர் உள்ளே வந்தார்கள்.

'வாங்கடா அடியாட்களா!' என்றேன்.

'நீ இந்த இடத்தைவிட்டு டயரியைக் குடுக்காம போக முடியாது.' என்றார்.

'என்ன செஞ்சுடுவீங்க?'

'என்ன செய்யலாம் இவரை செல்வராஜு?' அவர்கள் இருவரும் என்னை அணுகினார்கள்.

நான் நின்றுகொண்டே இருந்தேன். 'என்னையும் லதாங்கி மாதிரி தீர்த்துக்கட்டிடலாம்னு நீங்க நினைக்கலாம். கொஞ்சம் கேளுங்க.'

அவர்கள் என் கையைப் பிடித்து இழுத்து மடக்க, 'ஒழிச்சுக் கட்டுறா இவனை' என்றார் கோபிநாத். கோபிநாத்தின் மூச்சு சிறியது. குரலில் மிருகத்தனம் இருந்தது.

இருவரில் ஒருத்தன் கை என் கழுத்தைப் பிடித்தது. நான் திமிறிக் கொண்டு மூச்சுத் திணற, 'நீங்க என்னைக் கொல்லவே முடியாது. நான் என் லாயருக்கு லெட்டர் எழுதியிருக்கேன். அதை போஸ்ட் பண்ணியிருக்கேன். இந்த மாதிரி கோபிநாத் வீட்டுக்குப் போகிறேன், திரும்ப வரலைன்னா எனக்கு ஏதோ விபரீதமா நடந்துபோயிருக்கு. உடனே போலீஸுக்கு, கவர்னருக்கு,

கண்ணனுக்கு, அத்தனை பத்திரிகைகளுக்கும் தகவல் கொடுத் துடுன்னு எழுதியிருக்கேன். டயரியையும் ரிலீஸ் பண்ணிடுன்னு, அதையும் பத்திரமா ஸ்டாம்பு ஒட்டிப் போஸ்ட் பண்ணி அனுப்பிச்சிருக்கேன். வாங்கடா வாங்க, இப்போ கொல்லுங் கடா பரத்தைப் பயலுகளா! கோபிநாத், நீயும் வாடா புழுவே!'

'செல்வராஜு! விட்டுரு அவனை..'

வெளியே மெலிய இரவில் ஓடியபோது எனக்குப் பல நாட்களாக இல்லாத மனநிறைவு இருந்தது.

20

அப்புறம் என்ன?

டியர் சார் என்று அப்ளிகேஷன் எழுதிக்கொண்டிருக்கிறேன். ஹிந்துவில் தெரிந்தவர் இருக்கிறார். தாற்காலிகமாக ஒரு வேலை இருக்கிறதாம். பார்க்கலாம் என்றிருக்கிறார். பல நாட்களாகப் பணம் இல்லை. அவதிப்பட்டு விட்டேன். லக்ஷ்மியின் சம்பளத்தில் குடும்பம் நடத்த முடியவில்லை. பழைய மாம்பலத்தில் சின்ன வீட்டுக்குக் குடி வந்துவிட்டோம். அந்த ஏ. முருகன் ஒத்தாசை செய்கிறேன் என்கிறார். அவரிடம் பணம் வாங்க எனக்குத் தயக்கமாக இருக்கிறது. சுமதி ஒரு ரிஷப்ஷனிஸ்ட் வேலைக்கு இண்டர்வியு போய் வந்தாள். முருகனிடம் வாங்கினதெல்லாம் கடனாக அக்கவுண்ட் எழுதி வைத்திருக்கிறேன்.

எனக்கு அரசியல் செத்துவிட்டது. செய்தித்தாள் பார்ப்பதில்லை. விலைகொடுத்து வாங்க முடிவதில்லை. லதாங்கியின் டயரி வெளிப்பட்டு, கோபிநாத் அந்த தினத்துக்கு மறுதினமே 'உடல் நிலை காரணமாக' எல்லாவற்றையும் ராஜினாமா செய்ததும், அடிக்கடி மாறும் அரசியல் நிலைமையைப் பார்த்து மாநிலத்தில் ஜனாதிபதி ஆட்சி வந்ததும், கவர்னர் சர்க்கார் ஆபீஸ்களில் உலவுவதும், கோபிநாத் ஒரு நர்ஸிங் ஹோமில் ஸ்ட்ரோக் வந்து படுத்திருப்பதும், அவரைப் பற்றி அழுகை வதந்திகள் உலவுவதும் என்னை எந்தவிதத்திலும் பாதிக்கவில்லை.

கோபிநாத்தால் பேச முடியவில்லையாம். ஒரு பக்கம் பூரா நரம்புகள் பாதிக்கப்பட்டு ட்யூப் வழியாக ஆகாரம் செல்கிறதாம்.

வினுவுக்கு மெண்டல் ஆஸ்பத்திரியில் இரண்டு மூன்று தடவை ஷாக் கொடுத்தார்கள். மண்டையில் இரண்டு பக்கத்திலும் ஜெல்லி தடவி இரண்டு எலக்ட்ரோடுகளை ஒட்டவைத்து, நாக்கைக் கடித்துக்கொள்ளாமல் இருக்க எதையோ அடைத்து, கைகால்களைச் சிறைப்படுத்தி எழுபது வோல்ட் அதிர்ச்சி தர, வினுக்குட்டிக்கு உடல் துடிக்கிறது.

சரியாகிவிடும் என்று டாக்டர் விஜயகுமார் சொல்கிறார். அவர் இங்கிலாந்தில் படித்தவர். கெட்டிக்காரர். ஏதோ ஒருநாள் ஏதேனும் ஒரு சாயங்காலம் வினு மறுபடி குதித்து விளையாடுவாள். நம்பிக்கை இருக்கிறது.

ரொம்ப நாளாகப் பார்க்காத அந்த ரூபாவை ஒருநாள் பார்ப்பேன். அவள் என் கையை எடுத்துத் தன்மேல் மறுபடி வைத்துக் கொள்வாள் என்ற நம்பிக்கை இருக்கிறது.

சுமதி முருகனைக் கல்யாணம் செய்துகொள்ளப்போவதை அம்மாவிடம் அதிர்ச்சி தராமல் சொல்லப்போகிறேன் என்கிற நம்பிக்கை இருக்கிறது.

எனக்கு வேலை கிடைக்கும் என்கிற நம்பிக்கை இருக்கிறது.

நம்பிக்கைகள்... நம்பிக்கைகள்...
